பழக்கூடை

கலைஞர் மு. கருணாநிதி

Title: Pazhakoodai

Author: M. Karunanidhi

Language: Tamil

First Published on: 1951

Year of Publication: 2024

Book Format: Paperback

*Page Size: 6inch * 9inch*

Category: Fiction

Subject: Short Stories

No. of pages: 74

ISBN: 978-81-988375-5-4

Published by: Nilan Publishers, Madurai, Tamilnadu, India

பொருளடக்கம்

குறிப்புகளுக்காக

பழக்கூடை

கலைஞர் கருண நிதியின் கற்பனைச் சோலையிலே குலுங்கிடும் கனிகள், காலத்தின் தூதுவர்களுக்குக் கருத்துச் சுவையை வாரி வழங்குபவை.

புளிக்கிறது எனப் புலம்பிடும் புதுமைப் பகைவர்களும், கசக்கிறது எனக் கதைத்திடும் கடவுள் தூதர்களும் - யாரும் காணாத இடத்திலே கருணாநிதியின் கற்பனைக் கனிகளைச் சுவைத்து மகிழ்கிறார்கள். 'அருமை அருமை' என அகமும் முகமும் மலரப் பாராட்டுகிறார்கள். தீண்டினால் திரு நீலகண்டம் எனத் துள்ளிக் குதிப் போரும், தென்றலின் இனிமையிருக்கிறதப்பா அந்த எழுத்திலே என்று திரைமறைவிலே திண்ணைப் பேச்சு நடத்துகிறார்கள். பகுத்தறிவுப் புரியினர்க்குப் படைக்கலமாக, பழமை வாதிகளுக்கு ஒளிவிளக்காக, அமைந்திடும் எழுத்துச் சித்திரங்களைத் தீட்டுவதிலே கருணாநிதி வல்லவர். சலியாத உழைப்பென்னும் எருவிட்டு, கொள்கை, லட்சியம் என்கின்ற கனி மரங்களை வளரவிட்டு, கர்மவீரர்களுக் குக் களைப்புப் போக்கும் வகையிலே களிப்பூட்டும் தன்மையிலே அறிவுக் கனிகளை அவர் அளித்திடத் தவறியதே யில்லை. அங்ஙனம் அவர் தந்த கனிகளிலே ஐந்து கனிகளைக் கூடையிலே எடுத்து வைத்து அழகு தமிழ் குமரியொருத்தி இலக்கிய வீதியிலே நடை போடுகிறாள். அவளுக்கும் உங்களுக் கும் இடையிலே நின்று, பழ வியாபாரத்தைத் தடை செய்ய நாம் விரும்பவில்லை. சுவையுங்கள் அந்த எழுத்துக் கனிகளை!

பதிப்பகத்தார்.

தொடர்கதை

1

சிறைச்சாலை இரவு நேரம்

[சங்கு, சந்தனம் என்ற இரண்டு கைதிகள் பேசிக் கொண்டிருக்கிறார்கள்]

சங்கு: *என்னா சந்தனம் அண்ணே! சந்தோஷம்தான் உனக்கு, நாளைக்கு விடுதலையாகப் போறே! உம்- அச்சடிச்ச சோறும் அவுன்ஸ் குழம்பும் வேப்ப மரத்து காத்தும், வேர்க் கடலை உருண்டையும்-இன்னையோட சரி-இல்லையா?*

சந்தனம்: *ஆமாம் சங்கு - உங்களையெல்லாம் பிரிய வேண்டுமென்று எனக்கு மிகவும் வருத்தமாயிருக்கிறது. ஏறத்தாழ எட்டு வருடமாக ஜெயிலுக்குள்ளேயே சிநேகிதர் களாக வாழ்ந்துவிட்டோம், சங்கு! நம்முடைய நட்பை யெல்லாம் மறந்துவிடாதேயப்பா!*

சங்கு: *எப்படி மறக்க முடியுமண்ணே! நீ தினம் தினம் சொல்லுவாயே; அந்தக் கதைகளை மறக்க முடியுமா? பழைய காலத்து பாட்டுக்களைப் பாடிக்காட்டி அர்த்தம் சொல்லுவியே; அதைத்தான் மறக்கமுடியுமா? உனக்கு கிடைக்கிற எந்தப் பண்டத்திலேயும் எனக்குப் பாதி கொடுப்பியே அதைத்தான் மறக்க முடியுமா? படிச்சவங்களோட சிநேகம் கிடைக்கிறது கூட பெரிசு இல்லேண்ணே, படிச்ச புத்திசாலிகளோடே சிநேகம் கிடைக்கிறது பெரியபாக்யம் அண்ணே - அந்த வகையிலே நான் பாக்யசாலிதான்.*

சந்தனம்: நல்ல தோழனாக நீ இருந்தாய் - இனி நான் யாரோடுபோய் இந்தப் பொல்லாத உலகத்திலே நட்பு கொள்ளப்போகிறன்.

சங்கு: ஒருத்தன் சிநேகிதம் உனக்கு வேண்டா மண்ணே! நீயுண்டு உன் குடும்பமுண்டு என்று வாழ்க்கையை குஷியா நடத்தண்ணே போயி !

சந்தனம்: குடும்பம்! எனக்கு யார் இருக்கிறார்கள் குடும்பம் நடத்த .?

சங்கு: ஏன் அண்ணே கண் கலங்குறே ! குடும்பத்தைப் பத்தி பேச்சு எடுத்தா எப்போதுமே நீ இப்படித்தான் ஆயிடுறே! நானும் இந்த எட்டு வருசமாத்தான் உன்னைக் கேட்கிறேன் என்னா விஷயம்னு! உன் கறையைச் சொல்லக் கூடாதா?

வேண்டாம்! வேண்டாம் !! - இதுக்காக அழாதே அண்ணே! இன்னைக்கு ஒரு நாளு; சந்தோசமா இருந்துட்டு வெளியே போண்ணே !

சந்தனம்: சங்கு! என் கதையை இன்று சொல்லத் தான் போகிறேன். இருதயத்திலிருந்து சுமையை இறக்கத் தான் போகிறேன். உன்னைவிட நல்ல நண்பன் யாரப்பா எனக்கு இருக்கிறார்கள்? - உன்னிடம் சொல்லாமல் யாரிடம் என் சோகக் கதையை சொல்லப்போகிறேன்.

சங்கு: அண்ணே - ரொம்ப சொல்ல வேண்டாம். வேதனையாயிருக்கும்ணா

சந்தனம்: என்னப்பா வேதனை ! தூக்குக்குப் போகும் கைதிகளை துடிக்கத் துடிக்க இழுத்துப்போகிற காட்சியை இந்த சிறைக்குள்ளே எத்தனையோ முறை பார்த்திருக்கிறோமே அதைவிடக் கொஞ்சம் அதிக

வேதனையானது என் கதை; அவ்வளவுதான்.. சொல்கிறேன் கேள். என் முகம் இவ்வளவு விகாரமாக இருப்பது ஏன் தெரியுமா? சதை கிழிந்து கிழிந்து தொங்குவதற்குக் காரணம் புரியுமா? பிறக்கும் போதே நான் இப்படி பிறந்திருப்பேன் என்றா நீ கருதுகிறாய்? அம்மா, 'மாம்பழமேனி என் மகனுக்கு' என்று வர்ணிப்பார்களாம். உற்றார் உறவினரெல்லாம் "ஆடு தன் ராஜா போல இருக்கிறான், ஆண் சிங்கம்!" என் பாராட்டுவார்களாம். ஏன் - அவள் கூட என் அழகுக்கு ஆசைப்பட்டுதான் என்னைக் காதலித்தாள்.

சங்கு: ஓ ! காதலி வேறே இருக்கிறதா?

சந்தனம்: இருந்தாள் ஒரு காலத்தில்! இப்போது இல்லை. இனிமேலும் இல்லை.

சங்கு: செத்து விட்டதா அண்ணே !

சந்தனம்: என்னைப் பொறுத்த வரையில் அப்படித் தான்-

சங்கு: ஏன்?

சந்தனம்: அழகுக்காக என்னைக் காதலித்தாள்-நான் அலங்கோலமானதும் என்னை வெறுத்துவிட்டாள்...

சங்கு: என்னது?

சந்தனம்: ஆச்சரியப்படாதே சங்கு. பெண்களே அப்படித்தான்...

சங்கு: எல்லாப் பெண்களும் அப்படியிருக்கமாட்டாங்க அண்ணே!

சந்தனம்: தவறான கணக்குப் போடுகிறாய்-அதற்குக் காரணம் உனக்கு கல்யாணமாகவில்லை... சங்கு !

சங்கு: எனக்குத்தான் சொல்லியிருக்கேனே கல்யாணம் ஆயிட்டுதுன்னு

சந்தனம்: அப்படியானால் உன் முகத்தில் யாரும் ஊற்றவில்லையே...அதனால்தான் பெண்களைப் பற்றி உனக்குத் தெரியவில்லை.

சங்கு: அய்யோ-உன் முகத்தில் திராவகமா ஊ ற்றினாங்க!

சந்தனம்: ஆமாம் சங்கு ஆமாம்! நான் அழகாயிருந்தது பிடிக்காமல் அல்ல; என் அழகில் மயங்கி விட்டாளாம் அவள் - அதைத் தடுப்பதற்காக என்னை சித்ரவதை செய்து விட்டார்கள்.

சங்கு: கொஞ்சம் விபரமாகச் சொல்லண்ணே உன் கதையை!...

சந்தனம்: சொல்லுகிறேன் குறுக்கே கொஞ்சம் பேசாமலிரு! குமுதம் என்னோடு படித்தவள், குபேரன் வீட்டுக் கோதை. நானோ குடியானவன் மகன். இறந்துபோன என் அப்பாவின் எண்ணத்தை எப்படியும் பூர்த்தி செய்ய எண்ணி. என் தாய் என்னைப் படிக்கவைத்தாள். படித்தேன் குமுதமும் நானும்...... சரி, கதையை வளர்த்துவானேன்; காதலர்களாகி விட்டோம். வலியோன் மகளை எளியோன் காதலித்தேன் என்பதைத் தவிர எங்கள் காதலில் வேறெந்தக் குற்றமும் யாரும் சொல்ல முடியாமல்தான் இருந்தது. வழக்கம்போல் எங்களின் திருமணத் திட்டம் முறியடிக்கப்பட்டது. வயதான என் தாயும் வாழ்க்கையை முடித்துக் கொண்டார்கள் குமுதமோ ஒரு நாள் இரவு என் குடிசைக்கு ஓடிவந்து "கொத்தடிமை ஆகிவிட்டேன் உங்களுக்கு குடும்பம் நடத்துவோம் வாருங்கள்" என அழைத்தாள். 'எதிர்ப்பு மலையாகுமே குமுதம்!' என

எச்சரித்தேன். 'மலையைப் பிளக்கும் சிற்றுளி நம் காதல் என்றாள்-மறுக்க முடியுமா என்னால்! அன்றிவே பயணமானோம். அயலூரிலே எங்கள் குடும்பம் ஆரம்பமானது ஆனந்த மானது ஆனந்த மயமான அந்த வாழ்க்கையை நினைத்து இப்போது அழுவானேன்! எங்களுக்கு ஒரு செல்வமும் தோன்றினான்.

சங்கு: பிள்ளையிருக்கான அண்ணே உனக்கு?

சந்தனம்: இருக்கிறான்-கேள் பாக்கியை!... குழந்தை யுடன் குதூகலமாய் நடை போட்டோம் வாழ்வுப் பாதையில்! குமுதாவின் அண்ணன் மலேயா போயிருந்தவன் சம்பாதிக்க அவன் திரும்பி வந்து விட்டான். வீட்டார், விஷயத்தைச் சொல்லியிருக்கிறார்கள் அவன் ஒரு பர்மாக்காரியை பாரியாளாக அழைத்து வந்தவன்--அவனுக்கு குமுதா மீது கொள்ளை ஆத்திரம் பிறந்துவிட்டது. ஆகவே எதிர்க்கப் புறப்பட்டான். ஆள் முரடன், சண்டைபோட்டு சமாளிப்பது கொஞ்சம் கஷ்டம்தான். குமுதாவை அடிமையாக்கினது என் அழகுதான் என்று யாரோ சொல்லியிருக்கிறார்கள் அவனிடம்-ஏன், குமுதாவே அடிக்கடி அதைச் சொல்லிக் கொண் டிருப்பாள். அந்த அழகையே குலைத்து விடுகிறேன் என்று அவள் அண்ணன் அக்கினித்திராவகத்துடன் புறப்பட்டு விட்டான். வீட்டிலே தூங்கிக்கொண்டிருந்தேன். அவன் வந்துவிட்டான், விழித்துக்கொண்டேன். திராவகத்தை என் அழகான முகத்திலே வீசிவிட்டான். அய்யோ - அந்த எரிச்சலை இப்போது நினைத்தாலும் பயமாயிருக்கிறது;

பொறாமைக்காரர்களின் வயிற்றெரிச்சலையும் மிஞ்சக் கூடிய எரிச்சல் அது ! திராவகம் ஊற்றப்பட்ட இடத்தை கையால் தொடாமல் இருப்பது கொஞ்சம் நல்லதாம்-

அவசரத்தில் அந்த யோசனையெல்லாமா வருகிறது முகத்தைத் துடைத்துக்கொண்டேன் கையால்; அப்போது கிழிந்ததுதான் இந்த சதையெல்லாம்

குமுதாவின் அண்ணன் ஓடினான், நான் துரத்திப் பார்த்தேன் முடியவில்லை. தெருவில் விழுந்துவிட்டேன் குமுதாவும் குழந்தையும் அப்போது வீட்டில் இல்லை. பையனைப் பள்ளிக்கூடத்தில் கொண்டு போய் விடுவதற்காகப் போயிருந்தாள். உடனடியாக என்னை யாரோ தெருவிலுள்ளோர் வைத்தியசாலையில் கொண்டுபோய் சேர்த்தார்கள். குமுதாவும், குழந்தை செல்வனும் வைத்திய சாலைக்கு ஓடிவந்து அலறினார்கள். குமுதா என் முகத்தின் கோரத்தைக்கண்டு அலறிவிட்டாள். முதலில் நான் சோகத்தின் உச்சத்தில் அலறுகிறாள் என்றுதான் நினைத்தேன். பிறகு தான் நான் ஊகித்துக்கொண்டேன் அவளுக்குத் தேவையான அழகு முகம் போய்விட்டதேயென அலறியிருகிறாள் என்று! மறுநாள் வைத்தியசாலையில் இருந்தபடியே கேள்விப் பட்டேன்; குமுதா எங்கேயோ போய்விட்டாள் என்று, குழந்தை செல்வன் மாத்திரம் தெருவினரால் பராமரிக்கப் பட்டான், குமுதாவின் அண்ணன் மீது வழக்கு நடை பெற்றது. நானும் சிகிச்சைப்பெற்று இந்த அலங்கோலமான முகத்துடன் வெளியே வந்தேன். ஐந்து வருடத்திற்கு கிட்டத் தட்ட வழக்கு நடைபெற்று, கடைசியில் குமுதாவின் அண்ணன் விடுதலை பெற்றான். குற்றவாளியல்ல தீர்ப்பு கூறப்பட்டுவிட்டது. என்னால் தாங்கமுடியவில்லை; பொறுக்க முடியாத ஆத்திரத்தால் துடித்தேன் அவசரப்பட்டு ஏதாவது செய்துவிட்டால், குழந்தை செல்வன் நாதியற்றுப் போய் விடுவானேயென்று யோசித்தேன். கடைசியாக சிலரது சிபாரிசு பிடித்து, செல்வனை வெளியூரில் ஒரு

பள்ளிக்கூட தர்ம உணவு விடுதியில் சேர்த்துவிட்டு ஒரு பெருமூச்சை விட்டேன்.

அந்தப் பெருமூச்சைத் தொடர்ந்து குமுதாவின் அண்ணனைப் பழிவாங்கும் மூச்சும் பிறந்தது. குமுதா என் விகார ரூபத்தைச் சகிக்காமல் எங்கேயோ போய் விட்டாள் குமுதா என் இருதயத்தைக் காதலிக்கவில்லை- அழகைத்தான் காதலித்தாள் என்ற பேருண்மையை அவள் அண்ணன் வீசிய அக்கினித் திராவகம் எனக்கு உணர்த்தியது என்றாலும் கூட; போகும்பாதை மோசம் என்பதை எச்சரிக்குந் தோரணையில் முள் குத்துகிறது என்பதற்காக அந்த முள்ளை எடுத்து முத்த மிட முடியுமா? அதை ஒடித்து முறித்து தூரத்தில் வீசித் தானே எறிகிறோம்; அது போலவே என்முகத்தைப் பாழ் படுத்திக் காதல் பாதை மோசம் என்று உணர்த்திய மூர்க்கனை விட்டுவைக்க மனமில்லை. என் அருமைச் செல்வனுக்கு அறிவுரைகள் புகன்றேன் "எந்தத் தவறு வேண்டு மானாலும் செய்! ஒரு பெண்ணை மட்டும் காதலிக்காதே என்பதை அவனுக்கு ஆயிரம் முறை சொல்லிவிட்டு கையில் ஒரு கத்தியுடன் புறப்பட்டேன். - குமுதாவின் அண்ணன், அந்தப் பர்மாக்காரி, அவர்களின் பெண் குழந்தை மூவரும் முற்றத்தின் பக்கம் உட்கார்ந்து கொண்டிருந்தார்கள். யாரையும் கேட்காமல் உள்ளே நுழைந்தேன். வீட்டிலும் அவர்களைத் தவிர வேறுயாருமில்லை. குமுதாவின் தகப்பன் இரண்டு வருடங்களுக்கு முன் இறந்து விட்டான் பர்மாக் காரிக்கும் க்ஷயரோகம் வந்து மிகவும் கஷ்டப்படுகிறாள் என் கேள்விப்பட்டிருந்தேன். இந்த சோக நிகழ்ச்சிகள் எல்லாம் குமுதாவின் அண்ணனைத் தாக்கி வேதனை கொடுத்திருந்தா லுங்கூட, நான் நேரிடையாக வஞ்சம் தீர்த்துக்கொள்ளவே மிகவும் துடித்தேன். அவர்கள் பக்கம் வேகமாக வந்தேன். பர்மாக்காரி பலமாக

இருமிக்கொண்டிருந்தாள். கையிலிருந்த கத்தியை குமுதாவின் சகோதரனுடைய நெஞ்சில் - ஆம், என்னை அலங்கோலப்படுத்திய அந்தப் பாவியினுடைய இருதயத்துக்கு நேராக செலுத்தினேன் - மாறிமாறிக் குத்தினேன்- அங்கேயே பிணமானான். அதனுடைய விளைவுதான் சங்கு, இத்தனை ஆண்டு சிறைவாசம்! அவன் என்னைக் கொல்லாமல் கொன்று விடுதலைப் பெற்றான். நான் அவனை ஒரேயடி யாகக் கொன்று தண்டனை பெற்றேன்.

சங்கு: என்னால் உன் கதையைத் தாங்கமுடியவில்லை அண்ணே! போகட்டும், நாளைக்கு வெளியிலே போயி மகனை யாவது சுகமாகக் காப்பாத்து அண்ணே!

சந்தனம்: என் செல்வனுக்காகத்தானே, நான் வாழ்ந்து கொண்டிருப்பதே - ஆனால் ஒன்று, என் மகன் எந்தப் பெண்ணையும் காதலிக்கவிடமாட்டேன்.

சங்கு: அப்படியெல்லாம் ஆத்திரத்திலே சொல்லாதே அண்ணே!

சந்தனம்: அமைதியாகத்தான் சொல்லுகிறேன் "போன மாதம்கூட பையன் என்னைப் பார்க்க வந்திருந்தானே; அப்போதும் அவனுக்கு யாரையும் காதலிக்காதே!" என்று சொல்லித்தான் அனுப்பினேன் அழகை விரும்பும் அரக்கிகளிடம் காதலா! கூடாதப்பா கூடாது!

சங்கு: சரியண்ணே வா அதோ களிப்பட்டை வந்து விட்டது! வா, சாப்பிடலாம்- நாளைக்கு எங்கே நம்ப ரெண்டு பேரும் சாப்பிடப்போகிறோம் நீ வெளியிலே உள்ளே...! வாண்ணே வா !

[இருவரும் சாப்பிடப் புறப்படுகிறார்கள்]

2

இரவு நேரம்-நிலவு, ஒளிமழை பொழிந்து கொண்டிருக்கிறது. விடுதலையடைந்த, சந்தனம் தன் புத்திர சந்தானத்தை எண்ணிப் பூரித்தப்படி அவனைக் காணப்போகிறோம் என்ற மகிழ்ச்சி பொங்க நடந்து கொண்டிருக்கிறான், மகன் வாழும் உணவு விடுதி நோக்கி! உலகத்தைப் பல ஆண்டுகளுக்குப் பிறகு பார்க்கும் அவனுக்கு எத்தனை எத்தனையோ புதிய நினைவுகள் மோதுகின்றன. மகன் நன்கு படித்து திறமை பெற்றிருப்பான்- தான் சொன்ன "காதல் ஒரு கடும் விஷம்'"என்ற உபதேசத்தைக் கடைபிடிப்பான். தந்தை சொல் தவறாத தனயனைப் பெற்ற பாக்கியமே பாக்கியம் இப்படி யெல்லாம் எண்ணியபடி நடக்கும் சந்தனத்தின் காதில் ஏதோ ஒரு கீத ஒலி கேட்கிறது. நிலவு மழையிலே அவனும் பல முறை கீதமிசைத்திருக்கிறான் குமுதாவுடன் - அதே போன்ற ஒரு கீதம். அவனுக்கு ஆத்திர மூட்டும் கீதம் இப்போதும் கேட்கிறது. குளிர்ச்சி யூட்டும் இசைதான்; அவனுக்குப் பழக்கமான சொற்கள்தான்; ஆனால் இப்போது மட்டும் அவனுக்கு அந்தக் கீதம் இடிமுழக்கமாக இருப்பானேன் குமுதா பாடிய அதே பாட்டுத்தான் அது! சந்தனத்தின் தோளிலே முகத்தைப் பதித்துக்கொண்டு அவள் காதலி இசைத்த கீதம்தான் அது!

"காதலோர் தொடர்கதையே !

சாதலும் ஏற்போம் அனுச்

சஞ்சலமும் அடையோம்எனும்

காதலோர் தொடர்கதையே:"

இந்த எழிலும் எழுச்சியுமிக்க வரிகள் சந்தனத்தின் உள்ளத்தைத் தொட்டு உலுக்கிவிட்டன; 'ஆம் குமுதா தான் அப்படிப் பாட முடியும்-வேறு யாரும் பாடமுடியாது" என்று தனக்குள் கூறிக்கொண்டான். கண்களில் கனல் கிளம் பியது, "குமுதா" என்று பயங்கரமாக உச்சரித்தபடி இசை வந்த பக்கம் பாய்ந்தான். அவன் எதிர்பார்த்தபடி பாடியது இருவர் தான்!

அவர்களிடம் வேகமாக நடந்தான் சந்தனம் அவர்கள் இருவரும் தழுவியபடி பேசிக் கொண்டிருந்தனர். அவனும் அவளும் தான்!

அவன்: கண்ணே - எவ்வளவு களிப்பூட்டும் தென்றல் இந்தப்பாட்டு....! ஆயிரம்முறை பாடினாலும் அலுப்பு ஏற்படு வதில்லையே கேட்க சொல்லாழமா? அல்லது சுந்தரியின் குரல் நயமா?

அவள்:- இரண்டுமில்லை... கருத்தற்ற சாகித்யமும், களிவற்ற தொளியும்கூட கற்கண்டும் தேனுமாகிறது. இந்தக் கண்ணாளரின் மடியிலே நான் படுத்திருக்கும் போது....!

அவன்: சித்ரா...என் சிந்தை கவர்ந்தவளே... இந்த நாள்போல் எந்த நாளும் இன்பம் குவியுமல்லவா...

அவள்: இந்த நாள்போல் என்று சொல்லாதீர்கள்... இந்தநாள் தோற்றதென அடுத்தநாள் சொல்லும், அடுத்த நாளை மறுநாள் வெல்லும் - அந்த மறுநாளை இன்னொரு புது நாள் கொல்லும் என்ன செல்வம் சரிதானே!

ஆம்-சந்தனத்தின் மகன் செல்வம் தான் சித்ராவுடன் காதல் மொழி பேசி களித்துக்கிடக்கிறான். அதைச் சந்தனம் நேரில் பார்த்துவிட்டான். "காதலோர் கடும்

விஷம்" என்று போதனை செய்தவனின் புத்திரன் பூப்படுக்கையிலே புதுப் பெண்ணின் மனதை அள்ளிக் கொண்டிருக்கிறான். ஆத்திரம் தங்காத சந்தனம் 'அடே செல்வம்!' என்று பாய்ந்தான். அந்தப் பைங்கிளி சித்ரா பயந்துவிட்டாள். அவளால் அந்த அகோரமான மனிதனின் முகத்தைப் பார்க்க முடியவில்லை; அலறினாள். சந்தனம் அந்தப் பெண்ணை ஓங்கி அறைந்தான், ஓடிப்பிடித்து! அடியைப் பெற்றுக்கொண்டு அவள் ஓடி விட் டாள். "அப்பா! அப்பா !!' என்று செல்வம் கத்தினான்.

"உன் உயிரை எடுத்து விடுகிறேன் வா !" என்று உறும்மிய படி செல்வத்தின் கையைப்பிடித்து பரபரவென இழுத்துக் கொண்டு போனான் சந்தனம்.

3

சந்தனத்தின் பிடியிலே சிக்கிய செல்வம், துடித்துப் போய் விட்டான். தந்தையின் அன்பான அணைப்பைப் பெறலாம் என்றிருந்த அவன், அழுத்தமான இருப்புப் பிடியிலே அகப்பட்டுத் திணறினான். அவன் கண்கள் நீர் நிலைகளாயின. அப்பா! அப்பா!! என்று அலறியபடியே சந்தனத்தின் முரட்டுத் தாக்குதலுக்கு ஆட்பட்டான். மரங்கள் சூழ்ந்த ஒரு இருட்டு மண்டபம். நிலவின் ஒளியையும் உள்ளே விடாமல் தடுக்கும் நெடிய தருக்களின் ஓரத்திலே ஒரு குட்டிச்சுவர். அந்தச் சுவற்றின் மீது செல்வத்தை வீசியெறிந்தான் சந்தனம். குத்துவிளக்கைக் குடும்பத்துப் பெண்கள் அன்பும், பக்தியும் வழிந்திட எடுத்து நடப்பார்கள். ஆனால் ஏற்றிய விளக்கைக் கூடத்தில் வைத்திட எடுத்துச் செல்லும்போது, கை தவறி, எண்ணையும் எரியும் திரியும்

கையிலே விழுந்து விட்டால், நல்ல விளக்கென்றும் பாராமல் திடீரெனப் போட்டுவிடுவார்கள். அதே போலத்தான் சந்தனம், தன் அருமைச் செல்வன் செய்த தவறின் காரணமாக அவன்மீது வைத்திருந்த அன்பையெல்லாம் மறந்துவிட்டுக் குட்டிச் சுவற்றின்மீது குமார செல்வத்தை வீசியெறிந்தான் - குடும்பத்துப் பெண்ணனவள், குத்துவிளக்கை எறிந்ததைப் போல! சுவற்றின் கீழ்த்தளத்திலே குப்புற வீழ்ந்த செல்வம், குமுறும் நெஞ்சுடனே எழுந்து நின்றான். அவனும் தந்தையை ஒரு கணம் மறந்தான். கோபக் கனல் அவன் விழிகளைப் பொத்துக் கொண்டு புறப்பட்டது, மரக்கிளை இலை தழைகளின் இடுக்கின் வழியாக, எட்டிப் பார்த்து வெள்ளிச் சிரிப்பு காட்டும் நிலவொளி, செல்வத்தின் முகத்தை சந்தனத்திற்கு எடுத்துக் காட்டியது. சந்தனமோ, உடலெல்லாம் நடுங்கிட, முகமெல்லாம் பயங்கரக் கீறல்கள் எழுந்திட உறுமினான் மகனைப் பார்த்து!

'கல்வி கற்கும் அழகு நன்றாயிருக்கிறதடா! காதல் நாடகம் நடத்தவா இங்கு வந்தாய்! அறிவு மணம் பெற வந்தவனுக்கு அர்த்தராத்திரிப் படிப்பு. விவேக சிந்தாமணியை அழைக்க வந்தவனுக்கு விரகதாப சிந்தாமணியின் அணைப்பு,' அறிவு பெறுவாய் என்று உன்னைக் கல்விச்சாலைக்கு அனுப்பினால் நீ காமவேள் நடன சாலைக்கு கால் கடுக்க ஓடுகிறாய்! இவ்வளவு கஷ்டப்பட்டு காதல் காவியமா படிக்க வந்தாய் முட்டாளே!

தந்தை பேசும் வரையில் மௌனமாக நின்று கொண்டி ருந்தாலும்கூட, ஏதாவது பதிலுக்குச் சொல்லி விட வேண்டு மென்று தோன்றிற்று அவனுக்கு. அப்படி சொல்லக்கூடா தென்றும் எண்ணினான். அவனையும்

மீறி சில வார்த்தைகள் குதித்துவிட்டன. பிறகென்ன; அணையிலே சிறு வெடிப்பு கண்டாலும் பெருவெள்ளம்தானே!

'காதலுக்கும் படிப்புக்கும் சம்பந்தமில்லை.'

'அதனால்தான் கேட்கிறேன்; அறிவு கெட்டத்தனமாய் ஏன் நடந்தாய் என்று! உனக்கென்னடா தெரியும் காதலைப் பற்றி!'

'தெரியும் - வாலிய உள்ளத்தின் வசீகர ஓவியம் காதல்! வாடிப்போன வயோதிக இருதயங்களுக்கு அதன் பெருமை தெரியாது!'

சந்தனத்திற்கு ஆத்திரமான சிரிப்பு வந்துவிட்டது. காதலைப்பற்றிய உண்மையைத் தன் மகனே தனக்குச் சொல்லும்போது ஒரு தந்தைக்கு சிரிப்பு வரத்தானே செய்யும். அதுவும் அந்த நிலைமையில் எரிச்சல் கலந்த சிரிப்பு வருவதில் என்ன வியப்பு. சந்தனம் சிறிது நேரம் அப்படியே நின்றான். அந்த அரைக் கணத்திலே அவன் இருதயத்திலே ஒரு பெறும் போராட்டம் நடை பெற்றுத்தான் இருக்கவேண்டும். இல்லா விட்டால் அவன் கொஞ்சம் இறங்கிவந்து பேசியிருக்கத் தேவையில்லை. அது என்ன போராட்டமாக இருக்கும்.

'அய்யோ பாபம்- இளைஞனுக்கு என்ன தெரியும் காதலைப் பற்றி. இளமை, பாம்பையும் தூக்கி விளையாடும் பருவ மாயிற்றே; பெரிய பெரிய மனிதர்களே, மனிதர்களென்ன! மகான்களே அந்த மயக்கத்தால் அழிந்தனர் என்று கதைகள் உண்டு - இவன் என்ன கண்டான்

அந்தக் காதலெனும் கயமைத் தன்மையைப்பற்றி என்று அவன் தன் இருதயத் தோடு பேசிக்கொண்டிருந்திருக்க

வேண்டும். அந்தப் பேச்சு முடிந்ததும் மகனிடம் பேசத்துவங்கினான்.

'செல்வம்! வர்ணிக்கத் தெரியுமடா எனக்கும் கேள் இதை - கல்விச்சாலை ஒரு கடல்...அதிலே மூழ்கி முத்தெடுக்க வேண்டுமே தவிர, காதற் கிளிஞ்சல்களைப் பொறுக்கக் கூடாது.

பள்ளிக்கூடம் ஒரு தங்கச் சுரங்கம் அதில் பொன்னைத்தான் எடுக்கவேண்டும், காதலெனும் கனகாம்பரப் பூவைத் தேடி அலையக் கூடாது. சரித்திரங்களைப் படிப்பாய் சமுதாயம் வளர்ந்த விதங்களைத் தெரிந்துகொள்வாய் - என்று உன்னை சர்வகலாசாலைக்கு அனுப்பினால் நீ, சரசம் - சல்லாபம் இவைகளிலே ஈடுபட்டு சரிந்துபோகிறாய்!'

"சரித்திரத்திலேதான் படித்தேன்; ஷாஜகானுக்கும் மும்தாஜுக்கும் ஏற்பட்ட காதலை! ஆங்கில இலக்கியத்திலே தான் படித்தேன், ஜூலியட்டும், ரோமியோவும் ஜோதிமயமான காதல் நட்சத்திரங்கள் என்று!''"

"அதைப் படித்தாய் - ஆனால் கிளியோபாட்ராவின் கிளிமூக்கிற்கு அடிமையான சீசர், ஆண்டனி இவர்கள் சீரழிந்த விதத்தை நீ படித்திருக்கமாட்டாய்! காதலாம் காதல் பித்துப்பிடித்த சில எழுத்தாளக் கழுகுகள் பிராண்டிவைத்த காட்டுமிராண்டிக் கற்பனை. காமத்துக்குப் போடுகின்ற திரை. எதன் பெயரடா காதல்! இளிச்சவாயனே! தசைப் பொம்மைகளின் மேல் ஏற்படுகின்ற தணியாத வேட்கைக்குப் பெயர் காதல்! வெளி அழகைக் கண்டு கண்களின் ஒளி இழந்தவர்கள் உளறிவைத்த உருட்படாத சொல் அலங்காரத்துக்குப் பெயர் காதல்! சூதுக்குப் பெயர் காதல்! சூன்யத்துக்குப்

பெயர் காதல்! சுகங் காணுகிற இடத்துக்குத் தாவுகிற உணர்ச்சிக்குப் பெயர் காதல்! நானும் பார்த்திருக்கிறேன் காதலை! நானும் பார்த்திருக்கிறேனடா 'காதல் காதல்!" என்று பேசி, கடைசியில் என்னைக் காணவும் சம்மதிக்காத ஒரு காதகியை"

"சூடான பாலை சுவைத்த பூனை - ஆறிப்போன பாலைப் பார்த்ததும் அஞ்சி நடுங்குகிறது!"

"சீ! என்ன சொன்னாய் - அந்த மூதேவியின் மோகம் தலைக்கேறிவிட்டதா?""

"என் மூச்சோடு கலந்தவளை மூதேவி என்று சொல்லாதீர் கள், என் விழியிலே புகுந்துவிட்டவளை விரட்டமுடியாது என்னால்!"

"அடேய்! முள்ளம்பன்றிகளைவிட மோசமானவர்களடா பெண்கள்! உள்ளத்தைக் காதலிக்கத் தெரியாத கள்ளத்தனம் வாய்ந்தவர்களடா!" அவர்களுக்குத் தேவையானது, கருத்துக்கு விருந்தல்ல - கண்ணுக்கு ரம்மியம் - அன்பல்ல, அவர்கள் விரும்புவது! அழகு! அழகு! அழகு இருக்கும் வரையில் அடிமையாயிருப்பார்கள். அழகு தேய்ந்து விட்டால் வேறிடத்துக்குப் பாய்ந்து விடுவார்கள் !"

"உங்கள் அனுபவத்தை மட்டும் வைத்துக் கொண்டு காதலுக்கு அகராதி தயாரிக்கிறீர்கள்'

'ஆ! ''

சந்தனத்தின் தொனி, யானை பிளிறுவது போல் இருந் தது. தன்னுடைய அனுபவத்தை தன் மகனே இழித்துரைக்கிறானே- என்று கொதித்தான். அந்த வேகத்தில் செல்வத்தின் இரண்டு தோள்

பட்டைகளையும் பயங்கரமாக உலுக்கிய படியே "என்னடா சொன்னாய் ?" என்று கத்தினான், இனி எதற்கும் துணியவேண்டியதுதான் என்ற நிலைமைக்கு ஆளான செல்வம்; காதல் மீது அவன் வைத்திருந்த மதிப்புக்கும், சிந்தை கவர்ந்த சிங்காரியாம் சித்ராவின் மீது கொண்டிருந்த அளவிட முடியாத ஆசைக்கும், தந்தை கற்பிக்கும் களங்கத்தை சகித்துக்கொள்ள முடியாமல் எதிரே நிற்பது தந்தை யென்றும் பாராமல் ஒரு வார்த்தை கூறி விட்டான். சந்தனமே, தன் மகனிடம் எதிர் பார்க்காத வார்த்தை அது!- 'என்னடா சொன்னாய்' என்று அதட்டி உலுக்கியதுதான் தாமதம்; உடனே செல்வம் "சும்மா நிறுத்தும்; உமது அவலக்ஷணத்தை யாரும் காதலிக்கவில்லை என்பதற்காக எங்கள் மீது சீறுகிறீர்"- சொல்லி முடித்தான் செல்வம், அவன் தோள் மீது இருந்த சந்தனத்தின் கைகள் திடீரென எடுக்கப்பட்டன.

"அய்யோ!" என்று தன் தலையில் பலமாக பலமுறை அறைந்து கொண்டான் சந்தனம், அவனால் நிற்க முடியவில்லை. மயக்கம் வந்துவிட்டது போலிருந்தது. அழ வேண்டும் - நன்றாக அழவேண்டும் என்ற

உணர்ச்சி அவன் நெஞ்சத்தை கனமாக்கியது. ஆம்; அழுதேவிட்டான் -ஏழெட்டு வருடங்கள் சிறைச்சாலையிலே காலத்தைப்போக்கி, தன் அன்பு மகனைக் காண வந்த அவன் - இவ்வளவு பெரிய தீக்குண்டத்திலே தன்னைத் தள்ளி விடுவான் என்று எதிர் பார்க்கவில்லை. 'ஓ'-வென அழுது விட்டான். கால்கள் பூமியிலே பதியவில்லை. குடிகாரனைப்போல் தள்ளாடினான். போதையில் உளருகிற விதத்திலே ஏதேதோ பேசினான்

"அவலட்சணம்! நீயும் கூறி விட்டாயா? நீதானடா பாக்கி உன்னைக் கஷ்டப்பட்டு வளர்த்ததற்கு, கடைசியாக நீ தந்த காணிக்கை, அவலட்சணம் என்ற பட்டம். இந்தப் பட்டம் பெறத்தானா, உன்னைத் தோளிலும், மடியிலும், தொட்டிலிலும் போட்டுத் தொல்லைகள் அனுபவித்து வளர்த்தேன். அழகே உருவெடுத்தவனே! அதனால் அகம்பாவம் கொண்டிருப்பவனே! கள்ளக் காதலியை அடிமையாக்கி வைத்திருக்கும்,உன் கட்டுக்குலையாத அழகு, இந்த அவலட்ச ணத்தால் தானடா வளர்க்கப்பட்டது!

அவலட்சணம் - அகோரம் விகாரம் - அலங்கோலம்! அறிவு கெட்ட சிறுவனே! அவலட்சணத்துக்கும் அறிவுக்குந் தானடா உலகத்தில் நிரந்தரப் போட்டி! அதிலே அழகு ஜெயித்ததில்லை - ஜெயிக்க முடியாது!

இன்று அழகு. நாளை விகாரம். இளந்தளிர், பழுப்பாகும். இளமை, கிழமாகும். அழகு, அலங்கோலமாகும். என் முகத்தைத் திராவகமும், தீயவனும் தீய்த்துவிட்டார்கள். இளமை தவழும் முகங்கள் கால ரேகைகளால் கரைபட்டுப் போகுமென்பதை மறந்து விடாதே! கொய்யா இதழ் கொம்புத் தேன் கொட்டும் கன்னம் - குழிவிழுந்துபோகும்!

கோமளத் தாமரைகள், குளிர்ச்சி தரும் கண்கள் குருடாகிவிடும்!

வாலிப வனப்பு. வயோதிகப் படையெடுப்பின் முன்னே, சரணடையத்தான் வேண்டும். அப்போது பார்; அழகு ஜெயிக்கிறதா - அலங்கோலம் ஜெயிக்கிறதா என்று!

அலங்கோலம், அவலட்சணம், எவ்வளவு கருணையற்ற உள்ளமடா உனக்கு! ரத்தம் கசியும் இருதயமடா இது !

இதிலே நீ வேறு ஈட்டியைப் பாய்ச்சிவிட்டாய். நீ என்ன செய்வாய்; என்னை அவலட்சணமென்று நினைத்து அலறி ஓடி விட்ட அற்ப புத்திக்காரியின் அருந்தவப் புதல்வன்தானே நீ! மனைவி புதல்வன் - அவர்களாலேயே சகித்துக்கொள்ள முடியவில்லை என் அழகை. அழகு விரும்பிகள் கலாரசிகர்கள்; அவர்களிடத்திலே இந்த அவலட்சணத்திற்கு வேலையில்லை! வேலையில்லை ! வேலையில்லை!

இப்படி ஓங்கி அலறியவாறு இருண்ட மண்டபத்தின் உடைந்த தூணிலே தலையை 'படீர்! படீர்!' என்று மோதிக் கொண்டான் சந்தனம்.

செயலற்றுப்போன செல்வம், அவனருகே ஓடிப்போய்-. 'அப்பா! அப்பா!' என்று கதறினான் காலில் விழுந்தான்.

'அப்பனும் - மகனும்! அவலக்ஷணத்திற்கு ஏதடா மகன்!'' என்று அவனைப் பிடித்துத் தள்ளிவிட்டு ஓட ஆரம்பித்தான் சந்தனம். "அய்யோ, அப்பா என்னை மன்னித்து விடுங்கள்" என்று பின்னே ஓடினான் செல்வம்.

ஓடிய சந்தனம், பயங்கரமாகத் திரும்பி - "நான் யார் உன்னை மன்னிக்க இனி இந்த உலகில் எனக்கு யார் இருக்கிறார்கள் பாவி மகனே! இன்னும் சிறிது நேரத்தில் மூச்சற்று சாயப்போகும் என் பிணத்தையும் உன் அழுக்குக் கரங்களால் தொடாதே!" என்று சொல்லிவிட்டு சந்தனம் அந்த மரமடர்ந்த சோலையைத் தாண்டி குவிந்து கிடக்கும் மலைப்பாறைகளின் பக்கம் ஓடினான்.

'சித்ராவை மறந்து விடுகிறேன் மறந்து விடுகிறேன் அப்பா!' என்று செல்வம் பின்தொடர்ந்தபடி கதறியது சந்தனத்தின் காதில் விழவில்லை. இருவரும், நிலவு பொழியும் அந்த இரவில் ஓடிக்கொண்டேயிருந்தார்கள்.

சந்தனத்தின் வேகம் நிறைந்த ஓட்டத்தைப் பிடிக்க முடியவில்லை. தந்தை ஏதோ ஒரு விபரீத முடிவோடு செல்கிறார் என்பதுமட்டும் தெளிவாகப் புரிந்துவிட்டது அவனுக்கு; எப்படியும் அப்பாவிடம் மன்னிப்புக் கேட்டுவிட வேண்டு மென்று அவன் துடித்தான். ஐந்து விரலோடு ஒட்டி ஒரு சிறு விரல் முளைத்திருந்தால் அந்த மனிதனைப் பார்த்து; "ஏ ஆறு விரல்" என்று அழைத்தால் அவனுக்கு எவ்வளவு கோபம் வருகிறது - அழைப்பதென்ன; "ஆறு விரல் உடையோனே! ஆசையுள்ள ஆண் மகனே! என்று போற்றிப் பாடினால்கூட அவன் ஆத்திரமே கொள்வான் "ஐந்து கரனே! ஏக தந்னே! மூஷிகனாவாகனா!" என்று பக்தர்கள் கேலியாக அழைக்கும்போது விநாயகர் வேண்டுமானால் தன் அங்கஹீனங்களையும் அவலட்சணங்களையும் நினைத்து கவலைப்படாமல் கல்லுப்போல் உட்கார்ந்திருக்கலாம், உயிருள்ள மனிதர்கள் அந்தக் கேலிகளைச் சகித்துக்கொள்வது மிகவும் கஷ்டந்தான். அதுவும் தந்தையின் அவலட்சணத்தை மகனே கேலி பேசுவது என்றால் அதைச் சந்தனம் பொறுத்துக் கொள்ள முடியுமா? தனக்கு ஏற்பட்ட அந்த விகார உருவை நினைத்து, நினைத்து மனம் புழுங்கிப்போனவனல்லவா அவன் -ஆகையால் அவனால் தன் செல்வத்திருமகனை மன்னிக்க முடியவில்லை. மன்னிப்புப் பெற ஓடோடியும் வரும் மகனையும் திரும்பிப் பார்த்திடும் எண்ணம் ஏழவில்லை. சரி-இனிமேல் தந்தையைக் காணமுடியாது என்ற தீர்மானத்திற்கு வந்து விட்டான், ஓடிக் களைத்த செல்வம். மேல் மூச்சும், கீழ்மூச்சும் போட்டி போட, ஓடிய திக்கையும் அறிய முடியாமல் தவித்தான்.

அவன் கண்களில் இரு பெரும் நீர்வீழ்ச்சிகள் அவன் வாய் முணுமுணுத்தது அதுவும் திணறி திணறி நாக்குழறிக்குழறி! "அப்பா! அப்பா!"-பிறகு ஓவென அலறி விட்டான் செல்வம். எவ்வளவு நேரம் அப்படி அலறிக் கொண்டிருந்தானோ தெரியாது; பின், வந்த வழியே திரும்பினான், சித்ராவை பார்க்க வேண்டும் போலிருந்தது அவனுக்கு. அந்த இருட்டில் இனிமேல் அவளை எங்கு போய்த் தேடுவது; தேடிக் கண்டுபிடித்தால் தான் அவன் இருதயத்தின் சுமையைக் கொஞ்சம் குறைத்திட முடியும் சித்ராவும் அவனும் காதலர்கள் தான்; ஆனால் அவன் சித்ராவின் வீட்டுக்குச் சென்றதில்லை- சித்ராவின் தாயார் தங்கம்மாள் அவர்களுடைய காதல் கதைக்கு உடனடியாக மதிப்புரை எழுதக்கூடிய குணம் படைத்தவள் அல்ல என்பதை செல்வம், சித்ராவின் வாயிலாகக் கேள்விப்பட்டிருக்கிறான். அதனால் அவன் அவளுடைய வீட்டில் நுழைந்ததே இல்லை. தங்கம்மாள் ஏழைதான் என்றாலும் தன் மகள் சித்ராவை செல்வமாக வளர்த்து வருகிறாள்; அவள் பிரியப்படியே நடந்து வருகிறாள் என்றெல்லாம் காதலியின் மூலமாக அவன் கேட்டிருக்கின்றானே தவிர, தங்கள் இருவரின் காதல் தோன்றிய நாள் முதலே நோயுற்றுப் படுக்கையிலிருக்கும் சித்ராவின் தாயார் தங்கம்மாளை அவன் சந்திக்க துடித்ததும், சமயம் ஏற்படவில்லை. "உன் அம்மா வியாதியாயிருக்கிறார்களே; அவர்களை நான் பார்க்கிறேனே; நான் பார்த்ததே இல்லையே" என்று செல்வம் சொன்னபோதெல்லாம்; அய்யோ வேண்டாம்- எங்கம்மா பெரிய பழைய காலம்: மூடநம்பிக்கையின் சிகரம்; அவர்கள் நம்மிருவரையும் சேர்த்து பார்த்தால் உடனே புரிந்துகொண்டு, இந்த சகவாசம் எல்லாம் கூடாது சித்ரா ! என அழ ஆரம்பித்து விடுவார்கள்' என்று

அவள் அவனை வீட்டுக்கு வராமல் தடுத்திருந்தாள். அத்தகைய தாயைப் பெற்றிருக்கும் தன் அருமைக் காதலியின் வீட்டுக்கு இப்போது அவன் எப்படியும் போய்த் தீர்வது என்று முடிவு கட்டிவிட்டான்.

தந்தையின் திடீர்ப் பிரவேசத்தால் தீ மிதித்தவன் போலாகிவிட்ட என் மலர்ப்பாதமுடையாள்-மனவாட்டத்தை சுமக்க முடியாமல் தூக்கத்திலிருந்து விடுபட்டுத் துடித்துக் கொண்டு தானிருப்பாள் - கொல்லைப்புறம் நின்றுகொண்டு, ஒரு குரல் கொடுத்தால்போதும்; எப்படியும் ஓடிவந்து விடுவாள் பூனையின் பாதத்தைவிட மிருதுவான பஞ்சுப் பாதங்களாயிற்றே அவளுக்கு அதனால் அவள் அம்மாவின் காதுகளை நன்றாக ஏமாற்றி விடமுடியும் - இருவரும் சந்திக்கலாம்; இருதயக் கீறல்களுக்கு மருந்து போட்டுக் கொள்ளலாம் என்று எண்ணியவாறு செல்வம், சித்ராவின் வீடு நோக்கி நடந்தான். கொல்லைப்புற வேலியைத் தாண்டிக் குதித்தான் அப்போது அவன் காலிலே குத்திய முட்கள் கணக்கிலடங்கா. அவைகளையெல்லாம் எடுத்தெறிந்தான். 'இந்த முட்களை எடுத்துவிட்டேன்; என் நெஞ்சிலே சொருகிவிட்ட முட்களை வேதனையில்லாமல் எடுத்துவிட முடியுமா? அல்லது, எடுக்கும் முயற்சியிலேயே இறந்து விட வேண்டுமா' என்றெல்லாம் அவனுக்குள்ளாக சொல்லிக் கொண்டான். அந்த நல்ல வாலிபனின் காந்தி நிறைந்த முகம், தூசி நிறைந்த கண்ணாடி போல் ஆகியிருந்தது. நிலவின் ஒளியிலே சித்ரா வீட்டுக் கொல்லை வாயிலை அவன் அடையாளம் கண்டுபிடித்து விட்டான். அந்த வாயிலை நோக்கி அவன் நடந்தான். அவனுக்கே அவனை நம்ப முடியவில்லை. கதவு திறந்து கிடந்தது, சற்று திகைத்தான் – நின்று கவனித்தான். அவன் நெஞ்சு படபடவென

அடித்துக்கொண்டது. மீண்டும் உன்னிப்பாக கவனித்தான். உள்ளேயிருந்து தேம்பும் குரல் கேட்டது! விக்கி விக்கி அழுகிற ஒரு பெண்ணின் தொனிதான் அது!

"சரி -நமது விஷயம் அவள் தாய்க்கும் தெரிந்து விட்டது; அதனால் மகளைக் கண்டித்திருக்கிறாள்!" என்று தனக்குத் தானே பதில் சொல்லிக்கொண்டான். அவன் நெஞ்சு முன்னிலும் பலமாக அடித்துக் கொண்டது. அழுகை ஒலியுடன் 'அம்மா! அம்மா! என்ற ஒலியும் கொஞ்சம் உச்சஸ்தாயில் கேட்டது.

"சித்ரா!" என்று கூப்பிட்டுவிடலாமா என்று தோன்றியது அவனுக்கு! "ஒரு வேளை - நோயால் பீடிக்கப்பட்டிருந்த அவள் தாய் திடீரென இறந்திருக்க வேண்டும்" என்ற யூகமும் பிறந்தது - ஆகவே மெதுவாக அடியெடுத்து வைத்து வீட்டுக்குள் பிரவேசித்தான்; உள்ளே பார்த்தான். மினுக் மினுக்கென்று ஒரு மங்கலான விளக்கு தன்னால் முடிந்த கடமையைச் செய்துகொண்டிருந்தது. அந்த ஒளியிலே சித்ரா கீழே சுருண்டு படுத்திருப்பதும் தெரிந்தது, சுற்று முற்றும் பார்த்தான், ஒரு கயிற்றுக் கட்டில் ஆம்; அதில் தான் நோயுற்ற அவள் தாய் படுத்திருக்க வேண்டும் இப்போது அவள் எங்கே போய்விட்டால்? ஒருவேளை தன் தகப்பனைப் போல அவளும் எங்காவது ஓடி விட்டாளா? இதையெல்லாம் சிந்தித்துக் கொண்டிருக்க செல்வத்துக்கு நேரமில்லை, அவன் சித்ராவைப் பார்த்ததும் 'சித்ரா!' என்று கதறி விட்டான், அவளும் திடுக்கிட்டுத் துள்ளி எழுந்தாள், "செல்வம்" என்று கூவியபடி அவன்மீது தாவிவிட்டாள். இருவரும் சிறிது நேரம் எதுவுமே பேசவில்லை; அழுது கொண்டிருந்தார்கள்.

"ஏன் சித்ரா, அழுகிறாய்? அம்மா?" "அம்மாவா?"

"அம்மாவுக்கு என்ன...?"

'"அம்மா!'"

"அழாதே சித்ரா! விஷயத்தைச் சொல் ! ... அம்மா எங்கே-போனார்கள்?"

"திரும்பி வராத இடத்துக்குப் போகிறேன் என்று சொல்லிவிட்டுப் போய் விட்டார்கள்!"

''ஆ

ஆ!..... இறந்து விட்டார்களா" 'இறந்து விடுகிறேன் என்னை இழந்து விடு சித்ரா ! என்றுகூறிப் போய்விட்டார்கள்!"

"புரியும்படி சொல் - நானே குழப்பமாக இருக்கிறேன் - நீ அதை அதிகப்படுத்திவிடாதே !"

"நம்மிருவரின் காதலை அம்மா தெரிந்து கொண்டார்கள்'

"என் அப்பாவைப் போலக் கோபித்துக் கொண்டார்களா?"

"அப்படித்தான் எதிர்பார்த்தேன் - ஆனால் என் அம்மா, அவ்வளவு கோபமடையவில்லை. புத்தி சொன்னார்கள்; காதல் புனிதமானதுதான் - ஆனால் அதிலே வெற்றி பெறுவது கஷ்டம், சித்ரா! இந்தப் பாழும் உலகம் காதலுக்கு விதிக்கும் கட்டுப்பாடுகள் மிகப் பயங்கரமானவை "நாடகத்தில், காவியத்தில் காதலென்றால் நாட்டினர் தாம் வியந்து நன்றாம் என்பர்-வீடகத்தே கிணற்றோரத்தே ஊரினிலே காதலென்றால் உறுமுகின்றார் - பாடை கட்டி அதைக் கொல்ல வழி செய்கின்றார்" - என்ற பாரதியின் பாட்டைக் கேட்டும்

திருந்தாத நாடு பெண்ணே, இந்தக் கேடுகெட்ட நாடு! என்று அழாக்குறையாகச் சொன்னார்கள்"

'அய்யோ அவ்வளவு நல்லவர்களா ! 'கேளடி என் கண்ணே உலகம் மிகப் பொல்லாதது! அதன் கோரப் பற்களுக் கிடையே அகப்பட்டுப் போன காதலர் தொகை ஏராளம்! ஏராளம்!! தினைப்புனத்து வள்ளிக் குறத்திக்கும், தேவ லோகத்து முருகனுக்கும் கல்யாணம் செய்து அந்தந் திருவிழாவை நடத்தும் பக்தர்களே, தங்கள் வீட்டிலே அப்படி ஒரு காதல் திருமணம் நடக்க வொட்டாமல் நல்ல பாம்பு போல் சீறுவார்கள்-கடவுள் காட்டிய பாதையையே அலட் சியம் செய்வார்கள்' என்று கண்ணீர் சிந்தியபடி அம்மா பேசினார்கள்."

"உன் அம்மா இங்கிருந்தால் இப்போது ஒரு திருத்தம் கூட சொல்லுவேன் தேவலோகத்து முருகன் என்றால் வெறும் பிரம்மச்சாரி முருகனல்ல ; தெய்வயானையின் புருஷன் கூட! அவனுக்கு ஒரு குறப்பெண்ணை இரண்டாந்தாரமாக மணமுடித்து வைக்கும்-இந்த "சட்டம் மீறி"கள் - காதலுக்குத் தடை போடுகிறார்கள் என்று !'"

'அந்தத் திருத்தத்தை அம்மா ஏற்கமாட்டார்கள் ஆண்டவனைக் குறை கூறல் அவர்களுக்குப் பிடிக்காது? அந்த நம்பிக்கையிலேதான் போலும் என் அம்மா— இப்படித் தன் வாழ்வைக் கெடுத்துக்கொண்டார்கள்!"

"எப்படிக் கெடுத்துக் கொண்டார்கள் கொஞ்சம் விளக்கமாகச் சொல்லேன் சித்ரா !'"

"எனக்கே தெரியாது விளக்கமாகச் சொல்ல ! ஏதோ ஒரு பெரிய வேதனை என் அம்மாவின் உள்ளத்தை உருக்கிய படியிருந்தது என்பது மட்டும் எனக்குத் தெரியும்

நான் காணாமலிருக்கிற எத்தனையோ சமயங்களில் அவர்கள் அழுதிருக்கிறார்கள் என்பதை அவர்கள் கண்கள் சொல்லும் தூங்குவதுபோல் இரவில் நான் படுத்திருக்கும்போது அவர்கள் தேம்பி அழுவதை நான் கேட்டிருக்கிறேன். ஏன் என்று நீ கேட்டதில்லையா ?"

'கேட்டாலும் பதில் கிடைக்காது. ஆகவே அது வழக்கமாகி விட்டது !"

"சரி - இன்றைக்கு என்ன நடந்தது; அதைச் சொல்லு கண்ணே !''

அம்மா என்னைத் தேடிக்கொண்டிருக்கும்போது நான் அழுதபடி வீடு வந்து சேர்ந்தேன். ஏன் அழுதுகொண்டு வந்தேன் என்றுதான் தெரியுமே; நாமிருவரும் இனி சேர மாட்டோம் என்ற பயங்கர நினைவு என்னை அப்படி அழவைத்துவிட்டது! அம்மா கேட்டார்கள் - ஏன் அழுகிறாய் - என்று! நான் விஷயத்தை ஜாடையாக சொன்னேன் - அப்போதுதான் நான் இப்போது கூறிய உபதேசத்தை ஆரம்பித்தார்கள்-"

"சரி! நான் யாரென்று உன் அம்மாவிடம் சொன்னாயா?" அதைச் சொன்ன பிறகுதானே விபரீதப் புயல் வீச ஆரம்பித்தது !''

''ஏன்?

"என்ன காராணம்? அழாமல் சொல்லு சித்ரா!"

"உன் காதலன் பெயர் என்ன என்று கேட்டார்கள்; செல்வம் என்றேன் - அம்மாவின் முகம் மாறிவிட்டது. கண்கள் கலங்கிவிட்டன - செல்வத்தின் அப்பா எப்படியிருந்தார் என்று கேட்டார்கள்; "பார்ப்பதற்கு பயங்கரமான முகம், அம்மா" என்று கூறினேன்—

அவ்வளவுதான்; அம்மாவின் நிலையை என்னால் வர்ணிக்க முடியாது செல்வம்! தரையில் விழுந்து புரண்டு அழுதார்கள். நோயின் காரணமாக கட்டிலிலே யிருந்து எழுவதற்கும் இயலாத என் தாய், கட்டிலிலேயிருந்து தரையில் உருண்டதும், வீடு முழுதும் புரண்டதும் அய்யோ செல்வம்-என்னால், அதை நினைக்கவே முடியவில்லை! நான் "அம்மா! அம்மா!" என்று அவர்களைத் தடுத்துப் பார்த்தேன், கதறிப் பார்த்தேன், என்னால் அடக்க முடியவில்லை அவர்களை! பிறகு அவர்களாகவே எழுந்தார்கள். ஏதோ ஒரு உறுதியோடு நின்றார்கள் இந்தா சித்ரா, இதை வைத்துக்கொள்'' என்று நான் இது வரையில் காணாமலிருந்த இந்த டைரியை என்னிடம் கொடுத்தார்கள்-கொடுத்துவிட்டு "அருமைக் கண்ணே! என்னை மறந்துவிடு ! என்னை இழந்து விடு !" என்று கூறியபடி என்னை முத்தமிட்டாள்.

டைரியைப் படி ! அதன்படி நடந்துகொள்! என்று மீண் டும் என் கன்னத்தில் முத்தங்களைப் பொழிந்தார்கள். எனக்கு மயக்கம் வந்துவிட்டது. பிறகு என்ன நடந்தது என்றே தெரியாது - இப்போதுதான் கண் விழிக்கிறேன் - என் செல்வத்தைக் காணுகிறேன். என் அம்மாவை இழந்து விட்டேனா செல்வம்; நான்? இனிமேல் அம்மாவைக் காணவே முடியாதா செல்வம்?''

சித்ரா செல்வத்தின் தோளிலே சாய்ந்தாள்-

''சரி—அந்த டைரி எங்கே?'' என்று செல்வம் கேட்டான்.

''நான் அதைப் பிரிக்கவும் இல்லை-இதோ இருக்கிறது" என்று கட்டிலின்மீது கிடந்த டைரியை எடுத்து அவனிடம் கொடுத்தாள்! அவன் டைரியைப் பிரித்தான்.

முதல் பக்கத்தைப் பார்த்தான் -"அய்யோ! மோசம் போய்விட் டோம் சித்ரா!" என்று கூச்சலிட்டான் செல்வம்.

"என்ன என்ன?" என்று அழுகையும், ஆவலும் ததும்பக் கேட்டபடி டைரியை வாங்கினாள் சித்ரா.

ஆம்; மோசம் போய்விட்டதாகவே அவளும் முடிவு கட்டினாள்-டைரியின் முதல் பக்கத்திலே ஒரு காதல் ஜோடியின் புகைப்படமிருந்தது. அதன் கீழே சந்தனம்--குமுதம் என்று கையெழுத்தும் போடப்பட்டிருந்தது! குமுதம், வேறு யாருமில்லை-தங்கம்மாள்தான்! சித்ராவின் தாயார் தங்கம்மாள் தான் அந்த குமுதம்!

குமுதம் யார் ?

செல்வத்தின் தாயார்!

தங்கம் யார்? குமுதமே தங்கம்!

சித்ரா யார்? குமுதத்தின் மகள்!

"அய்யோ. சித்ரா ! நாமிருவரும் சகோதரர்கள்?" என்று அலறிக்கொண்டே அந்த டைரியை வீசி யெறிந்தான் செல்வம். தாயின் குளிரை அடக்குவதற்காகப் புகைந்து கொண்டிருந்த கணப்புச் சட்டியிலே அந்த டைரி விழுந்து எரியத் தொடங்கியது. சகோதரர்கள் காதலர்கள் அதனால்தான் அம்மா - ஓடிவிட்டாள் உயிரை விடுவதற்கு என்று புரிந்துகொண்டாள் சித்ரா !

5

இருளிலே ஓடிக்கொண்டிருந்த சந்தனத்தைப் பிடிக்க முடியாமல் திரும்பிய செல்வம், தன் காதலியாக இருந்த சித்ரா, தன் சொந்த சதோதரி என்பதை டைரியின் முதல் பக்கத்தைப் பார்த்தும் உணர்ந்தான், உடனே இருவர் நெஞ்சிலும் நெருப்பு கொட்டியது போலாயிற்று நிலைமை.

அங்கே, செல்வத்தின் வார்த்தை கேட்டு, உள்ளம் சிதறிப்போன சந்தனம், ஒரு மலைப்பாறையின்மீது வேகமாக ஏறிக்கொண்டு இருந்தான். அந்த சாய்வான மலைப்பாறையின் உச்சியிலேயிருந்து. தன்னுடைய அலங்கோலமான உடலை சுக்குநூறாக்கிக் கொள்ளலாம் என்ற முடிவோடு மேல் நோக்கி நடந்தான். மண்ணின் அடித்தளத்தில் காலூன்றி, விண்ணின் விளிம்பைத் தொடுவது போல தன் உச்சியை நீட்டிக்கொண்டிருக்கும் அந்த சாய்வுப் பாதையிலே சந்தனம் சாவுப்பாதையை எண்ணி ஒரு விரக்தியான மகிழ்ச்சியோடு ஓடினான். உயர்ந்த பாறை - அதன் கீழே பயங்கரமான பள்ளம். அந்தப் பள்ளத்தின் முரட்டுத்தனமான அனைப்பிலே தன் உயிரைப்பிழிந்து கொடுத்து, சரீரத்தையும் சக்கை சக்கை யாக ஆக்கிகொள்ளும் வெறியுடன் சந்தனம் ஏறினான்.

தற்கொலை செய்து கொள்வது தகாத பண்பு, கோழைகள் செயல் என்றாலும் - சாவதற்கு ஒரு அசாதாரணமான துணிவும் வேண்டும். அந்தத் துணிவோடுதான் சந்தனம் ஆகாயத்தை நோக்கி நிற்கும் அந்த ஆபத்தான குன்றிலே மேல் நோக்கி ஏறினான்; கீழ் நோக்கி வீழ்ந்து சாவதற்காக!- அந்தப் பாறையின் உச்சியை அடைந்துவிட்டான். அவனுக்கு முன்பாக அந்த உச்சியிலே நின்று கொண்டிருந்தது ஒரு உருவம் அவன்

கண் முன்னே தெரிந்தது; அவனது வேகம் தணிந்தது. அந்த உருவம், பாறையின் முகப்பில் இருந்த படி கீழ் நோக்கியவாறு தேம்பி அழுதது. - கடைசியாக, உரக்க ஒரு வார்த்தை வெளிப்பட்டது! "சந்தோஷமான சாவே! இதோ இந்த ஏழைக் குமுதாவை ஏற்றுக்கொள்!" அந்த வார்த்யைுடனே, அந்த உருவம், பாய்ந்திடத் தயாரானது. அதற்குள் - சந்தனம் அங்கே தாவிவிட்டான். தற்கொலை செய்துகொள்ள வந்தவன் இன்னுமொரு உயிரைக் காப்பாற்றிடும் சூழ்நிலைக்கு ஆளாகி விட்டான்.

குமுதா! குமுதா! ஆம்- அவன் நெஞ்சத்துக் கோட்டையை இடித்து எறிந்து விட்ட பெயர்தான் அது ! அவனது உள்ளத்துப் பூங்காவிலே நுழைந்து விட்ட சூறாவளி தான் அது ! அவனது இன்பகரமான வாழ்விலே விழுந்து விட்ட இடிதான் அந்தப் பெயர் ! ஆனாலும் அந்தக் குமுதா, உயிர்விடப் போவதை அவனால் தடுக்காமல் இருக்க முடியவில்லை. அதே நேரத்தில் - தன்னை யாரென்று அவளிடம் காட்டிக் கொள்ளாமலே, அவளது வாழ்வின் திருப்பங்களைப் பற்றித் தெரிந்து கொள்ள வேண்டுமென்றும் ஆசை கொண்டான் மேல் அங்கியை எடுத்து நன்றாக முகத்தை மூடிக் கொண்டு, அவளோடு பேச ஆரம்பித்தான். அவளோ, நடுங்கியபடி தின்றாள். "யார்?' என்று சந்தனம் கேட்பதற்குள்ளாகவே, அவள் கேட்டாள்; "நீங்கள் யார்? என்னைத் தடுக்க?' என்ற கேள்வியை ! "நானா? நானும் உன்னைப் போலத்தானம்மா தற்கொலை செய்துகொள்ள வந்தேன் முதலில் உன் கதையைச் சொல்! பிறகு என் கதையைச் சொல்கிறேன். அதன் பின்னர் இருவருமே, சாவு உலகத்துக்கு பிரயாணத்தை ஆரம்பிப்போம்!" சந்தனம் கூறினான், குரலை மாற்றிக்கொண்டு பேசினான் என்றாலும், அவளது, குரல்வளையை நெறித்து

விடலாமா, என்ற கேள்வி எழும்புகிற அளவுக்கு அவன் கோபத் தீயில் நின்று கொண்டு தானிருந்தான்.

“என் பெயர் தங்கம்" என்று கதையை ஆரம்பித்தாள் அவள்,

"முன்னுரையே - பொய்யுரையாக இருக்கிறதே உன் பெயர் குமுதம் அல்லவா?" என்றான் சந்தனம்.

“எப்படித் தெரியும் என் பெயர் ?"

“இந்த ஏழை குமுதத்தை ஏற்றுக்கொள் என்று, மரண தேவதைக்கு மடல் அனுப்பினாயே, அது என் காதிலே விழுந்தது.

"குமுதம் சற்று திகைத்து நின்றாள். பிறகு தாழ்வான குரலில், என் கதையை நீங்கள் கேட்கவேண்டாம் தயவு செய்து என்னை சாகவிடுங்கள்" என்று அழுதாள்.

"நானும் சாகத்தானே வந்திருக்கிறேன் உன் ரகசியக் கதையைக் கேட்டுக்கொண்டு போய்-நான் யாரிடம் சொல்லப் போகிறேன்; மேல் உலகத்தில்தான் சொல்லவேண்டும் மேல் உலகம் என்று ஒன்று இருந்து அங்கே போய் உன் கதையைச் சொன்னால், இதைவிட பெரிய கதையெல்லாம் எம்மிடம் உண்டு, என்று மேனகையும்-திலோத்தமையும், ஊர்வசியும், ரம்மையும் ஓடி வருவார்கள் ஆகையால் அங்கும் சொல்லமாட்டேன்; பயப்படாமல் உன் கதையைக் கூறு!"

"குமுதம் என்றுதான் என்னை அழைப்பார்கள். ஆனால் நான் அமுதமாக இருந்தேன்; அவருக்கு!"

"யாருக்கு? இதோபார் குமுதம் - இப்படி உட்கார்! உன் சோகச் சுமைகளை புரியும்படி இறக்கு!-யாருக்கு நீ அமுதமாக இருந்தாய்?'

"அவருக்குத்தான் என் அன்பருக்கு! - என் ஆருயிர் சந்தனத்திற்கு !"

இதைச் சொல்லும்போது குமுதம் உடம்பெல்லாம் நடுங்கியது. இருதய பாரத்தை கீழே போட்டுவிட வேண்டும்-கண்களிலே பெருக்கெடுக்கும் நீரிலே சோகப் பெருங் கற்கள் ஓரளவு கரைந்துவிட வேண்டும்- என்ற ஆசையோடு அவள் மேலும் பேசினாள் - சந்தனம், கூடியவரை தன்னை யாரென்று காட்டிக்கொள்ளாமலே அவள் பேசியதைக் கவனித்தான். ஆகாயத்திலே, நிலவு மேகத்திலே மனறவதும் வெளியே வந்து ஒளியைக் காட்டுவதுமாகத் தன் வேலையைச் செய்துகொண்டிருந்தது. சந்தனத்திற்கோ, குமுதாவின் கதைச் சுருக்கம் கிடைத்துவிட்டது.

'சந்தனத்தைக் காதலித்தேன், வீட்டிலே அப்பா எதிர்த்தார், இருவரும் காதலை வளர்க்க வெளியூர் ஓடினோம். செல்வன் பிறந்தான். என் அண்ணன் மலேயாவிலிருந்து திரும்பினான். எங்களை வெறுப்போடு நோக்கினான். என் அருமைச் சந்தனத்தின் அழகு முகத்திலே திராவகத்தை ஊற்றி அலங்கோலமாக்கினான். என்னையும் ஒரு இரவிலே திருட்டுத்தனமாகக் கடத்திச் சென்று, தனக்குள்ள செல்வாக்கின் காரணமாக பைத்தியக்கார விடுதியிலே சேர்த்துவிட்டான். பைத்தியங்களோடு வாழ்ந்தேன். நாலரை ஆண்டு காலம் அப்படி வாழ்ந்தேன் பின்னர் எனக்கு விடுதலை கிடைத்தது. அந்த வேதனைபுரியிலிருந்து - அந்தப் பித்தர்களின் வேடிக்கை மண்டபத்திலிருந்து

வெளிவந்தேன்-வெளி வந்த மறுநாளே என் சந்தனத்தையும், செல்வத்தையும் காணவேண்டுமென்று அண்ணனிடம் அழுதேன். அவனும் போகுமாறு விடையளித்தான். எங்கள் காதலின் தூய்மையைக் கருக்கிட இனியும் துணியேன் என்று வருத்தத்தோடு கூறி என்னை வழியனுப்பினான். வெளியூரிலிருந்த சந்தனத்தின் வீட்டுக்கு வரும் வழியிலே, ஒரு சிற்றூர். அதன் பெயர் பூரித்தார்குடி. அந்த பூரித்தார்குடி கிராமத்திலே ஒரு சாமியார் இருக்கிறார்; மிகவும் பெரிய மகான். அவரிடமுள்ள ஒரு கோழியை ஒரு வெறிநாய் கடித்து, அந்தக் கடிபட்ட கோழி, சாமியாரைக் கொத்தியதால் அவர் இறந்து சமாதியாகிவிட்டார். அந்த சமாதியிலே தினந்தோறும் பேய் பிடித்த பெண்கள் ஆடுவார்கள். அவர்களின் நோய் நீங்கும். அந்த இடத்திலே நீயும் போய், கோழிகடி சாமியாரைக் கும்பிட்டு அருள் பெற்றுப்போ என்று அண்ணன் சொல்லியனுப்பினான்.

அங்கே கோழிக்கடி சாமியாரின் சிஷ்யர் குஞ்சுக்கடி சாமியார் என்னைப்பற்றி விசாரித்தார். அந்தப் பெரிய மகானின் சிஷ்யர் எனக்கும் சந்தனத்துக்குமுள்ள காதலையும் அதில் குறுக்கிட்ட இடையூறுகளையும் நடந்தது நடந்தபடி சொன்னார். அதோடு, இனிமேல் நான் சந்தனத்தையோ அல்லது என் மகனையோ பார்க்கக் கூடாதென்றும் - என் ஜாதக பலன்படி, அப்படிப் பார்ப்பதால் உடனடியாக அவர்கள் இறந்து விடுவார்கள் என்றும் சாமியார் கட்டளை யிட்டார் என் ஜாதகத்தால்தான், என் காதலனின் முகம் கருகி விட்டதென்றும் சாமியார் சொன்னார். என் கணவனும், மகனும் எந்த இடையூறுமின்றி சுகமாக வாழவேண்டுமானால் அவர்களுக்கும் எனக்கும் இனி தொடர்பே இருக்கக்கூடா தென்றும் அவர் கூறிவிட்டார்.

சந்தனத்தின் வாழ்வும் செல்வனின் வாழ்வும் வளப்பட்டால் போதுமென எண்ணிய நான், என்னை அண்ணன் வீட்டிலேயே மறைத்துக்கொண்டு வாழ ஆரம்பித்தேன். காதலன் முகமும், செல்வன் முகமும் என் இருதயத்திலே பதிந்திருக்கும்போது வெளிப்பார்வைக்கு அவை ஏன் - என்ற திருப்தியால் வாழ்ந்தேன். என் பார்வைப்பட்டு அவர்கள் வாழ்வு பட்டுப் போகுமாம். அத்துணை துட்டலக்கனமாம் நான் பிறந்த வேளை! யாராலும் பிரிக்கமுடியாத எங்களை சாஸ்திரம் பிரித்துவிட்டது. அந்தத் தடைமீறி போகலாமா? போனால் என் அன்புச் செல்வங்களின் உயிரல்லவா போய்விடும்.

ஆகவே என்னை ஒளித்துக்கொண்டு கிடந்தேன். திடீரென ஒருநாள் என் அண்ணனைக் கொலைசெய்து சந்தனம் சிறை புகுந்தார். ஆம், பழி தீர்த்துக்கொண்டார். என் அண்ணன் திருந்திவிட்டது அவருக்குத் தெரியாது நானே அனாதையானேன். தந்தையை அன்பே - இழந்து, தனயனையும் இழந்து தவித்த நான், தனயன் மனைவியையும் இழந்தேன். அவள் தனது குழந்தை சித்ராவை என்னிடம் ஒப்படைத்து மறைந்தாள். அந்தப் பர்மாக்காரி பெற்ற பைங்கொடி சித்ராவுடன் இந்தப் பக்கத்து ஊருக்கு, குடிவந்தேன் - சொந்த ஊரில் இருக்கப் பிடிக்காமல்! நோய் என்னை வாட்டியது - ஆம் மன நோய்தான் - சித்ராவுக்கு ஒரு காதலன் கிடைத்துவிட்டான். யார் தெரியுமா அந்தக் காதலன் - என் மகன் - என் ஆசை சந்தனத்தின் அன்புக் கனி. அந்த செல்வனுக்கு' என் அண்ணன் மகள் சித்ராவை திருமணம் செய்துவைக்க நான் என்ன மறுக்கவா போகிறேன். ஆனால் அந்தக் காட்சியை நான் பார்க்கக்கூடாதே!

என் மகனும், மருமகளும் காதலர்களாகிவிட்டார்கள். நானோ அவர்களை வாழ்த்த முடியாது. அன்றொரு நாள் குஞ்சுக்கடி சாமியார் கூறிய வார்த்தைகள் எனக்கு அணை போட்டன. அதோடு என் சந்தனமும் சிறையிலேயிருந்து திரும்பிவிட்டார். அவரையும் நான் பார்த்துவிடக் கூடாது. ஆனால் எல்லோரையும் பார்க்கும் சந்தர்ப்பம், சித்ரா செல்வம் திருமணத்தால் ஏற்பட்டுவிடும் - ஆகவே, என்னுடைய கதை முழுவதும் குறிக்கப்பட்ட டைரியை சித்ராவிடம் கொடுத்துவிட்டு, என் சந்தனத்தையும், செல்வத்தையும் காணமுடியாத லோகத்திற்குச் சென்றுவிட என்று முடிவுகட்டி இங்கு வந்தேன்."

அழுதுகொண்டே தன் கதையை முடித்தாள் குமுதம்.

குளமாகியிருக்கும், தன் விழிகளைக் காட்டிக் கொள்ளா மலே, சந்தனம் அவளிடம் கேட்டான்;

"அந்த சாமியார் என்ன சொன்னார்; சந்தனத்தை நீ பார்த்தால் உடனே, அவன் செத்து விடுவானா ? அப்படித் தானே சொன்னார்?

"ஆமாம் - அப்படித்தான் சொன்னார் - அந்த மகான்"
"மகான்! அவன் ஒரு மலைப்பாம்பு! இதோ பார் குமுதம், உன் சந்தனத்தின் முகத்தை! -சந்தனம் சாகிறானா பார்!" என்று முக்காட்டை விலக்கினான்' சந்தனம்.

குமுதத்திற்கு எதுவுமே புரியவில்லை. ஆ! ' அலறியபடி அவனை அணைத்துக்கொண்டாள். அவனது அலங் கோலமான முகத்திலே மாறிமாறி முத்தமிட்டாள்.

“குமுதம்-என்னை மனித்துவிடு ! தவறான எண்ணத்தால் நான் காதலைப்பற்றியே ஒரு தவறான முடிவுக்கு வந்து விட்டேன் - அந்த சாமியாரை விட்டு உன்னை ஏமாற்றியிருக்கிறான்; உன் அண்ணன் !- நீயும் ஏமாந்து

விட்டாய் இதோ பார்! சாமியார் சொன்னது உண்மையானால் இப்போது நான் செத்திருக்க வேண்டுமே; மாறாக, சாகப்போன என்னையல்லவா உன் சுந்தரமுகம் காப்பாற்றியிருக்கிறது!" என்று கூறியபடி அவளை, அவனும் ஆரத்தழுவிக்கொண்டான்.

அண்ணனின் சூழ்ச்சியால், ஏற்பட்ட விபரீதத்தை எண்ணி குமுதம் கண்ணீர் வடித்தாள். உடளே இருவரும், சித்ராவையும் செல்வத்தையும் பார்த்திட ஓடினார்கள். ஓடும் போதே சந்தனம் கூறினான்- "காதல் ஒரு தொடர்கதை- அதிலே சங்கடம் அனுபவிப்பவர்களும், சஞ்சலம் கொண்டவர்களும்.சசந்தேகம் பிடித்தவர்களும், சாவுக்குத் துணிந்தவர்களும் கதாபாத்திரங்களாக இருக்கிறார்கள். இத்தகைய கதாபாத்திரங்களை, ரோமியோ ஜூலியட்டிலே - லைலா மஜ்னுவிலே, கிளியோபாட்ரா காதலிலே - ஒந்தல்லோ கதையிலே, மும்தாஜ் காவியத்திலே, அம்பிகாபதி ஓவியத்திலே, பில்கணா விலே, இன்னும் பிறவற்றிலே காணுகிறோம் அந்தச் சிறு கதைகள் முடிந்து விடலாம். ஆனால், காதல் தொடர்கதை உலகம் உள்ளவரை முடியவே முடியாது இன்ப முடிவுகளும், சோகமுடிவுகளும் பின்னிப் பின்னி வரும் காதல் ஒரு பெரிய தொடர் கதைதான்''

இந்த உண்மையை, ஏதோ புதிதாக கண்டுபிடித்து விட்டது போல, அவன் குமுதாவின் குளிர்க்கன்னங்களில் முத்தமிட்டான். அப்பா! எத்தனை ஆண்டுகளாகிறது; அவளது கன்னம்-காதலனின் ஈர உதடுகளால் ஸ்பரிசிக்கப்பட்டு!

இருவரும் வீடுநோக்கி ஓடினார்கள் ''சித்ரா சித்ரா! என அழைத்தபடி உள்ளே ஓடிய குமுதம்-''அய்யோ என

அலறி னாள். சித்ராவும்' செல்வனும் தூக்குமாட்டிக்கொண்டு பிண மாகத் தொங்கினார்கள்.

“தவறு செய்துவிட்ட சகோதரர்களை உலகமே மன்னித்துவிடு!" என்று சுவற்றிலே கரியால் எழுதப்பட்டிருந்தது,

குமுதா கதறினாள். சந்தனம் சுவற்றிலே முட்டிக்கொண்டான். என்ன செய்தால் என்ன; கருகிவிட்ட மொட்டுக்கள் மலரவாப் போகின்றன, "நீங்கள் சகோதரர்கள் இல்லை! இல்லை!’’ என்று குமுதன் அலறினாள். அவளது டைரியோ நெருப்பிலே எரிந்து கிடந்தது. அய்யோ-இதை முழுதும் படிக்கவில்லை போலும்-அதனாலேயே என் தங்கங்கள் தங்களைத் தவறாகப் புரிந்துகொண்டன’’’ என்று தலையிலும் வயிற்றிலும் அடித்துக்கொண்டாள் குமுதா! "காதலர்கள் அவசரக்காரர்கள்" என்ற ஒலி சந்தனத்தின் இருதயத்திலே எழுந்தது.

இளம் தளிர்கள் இரண்டும், தங்களுக்கு மூத்தவர்கள் செய்த மூடத்தனத்திற்கு இரையாகி - பிணங்களாகத் தொங்கிக்கொண்டே, 'காதலோர் தொடர்கதையே!" என்ற பாட்டை பாடாமல் பாடிக்கொண்டிருந்தார்கள்.

கடைசிக் கட்டம்

'கனம் நீதிபதி அவர்களே! கூண்டிலே நிறுந்தப்பட்டிருக்கும் நான் கொலைகாரன் என்பது குற்றச்சாட்டு! நானும் அதை ஒத்துக்கொள்ளத்தான் போகிறேன். அதற்கான தண்டனையையும் ஏற்கத் தயாராகவே இங்கு நிற்கிறேன். ஏற்க மறுத்தால் தான் என்ன; நீங்கள் எங்கே விடப்போகிறீர்கள்? என் கழுத்தை இறுக்குவதற்காக தூக்குக் க்யிறும், மூச்சடங்கிய என் உடலை மூடிக்கொள்வதற்காக, சிறைச் சாலைக்குப் பக்கத்திலே ஒரு சிறு குழியும் தயாராக இருக்கும் என்பதை நான் அறியாமலில்லை. கொலைகாரன் - அதுவும் ஆசைநாயகியைக் கொலை செய்தவன் சொந்தக் கணவனை ஏமாற்றிவிட்டு, உள்ளத்திலேயே கள்ளக்காதலுக்கு இடங் கொடுத்த பிரியமுள்ள பெண்ணொருத்தியைப் பிணமாக்கியவன் என்றெல்லாம் ஊர் என்னை சபிக்கும் - உற்றார் உறவினர் தூற்றுவர் மண்மூடி மடிந்துவிடும் என் உடல். அவர்கள் கண்களுக்குக் கிடைக்காவிட்டாலும், டாக்டர் பாபு என்கிற என்னுடைய பெயரின் மீது அவர்கள் காரி உமிழுவார்கள் என்பது எனக்குத்தெரியும் - என்னுடைய இந்த அற்ப சரித்திரம், மற்றவர்களுக்காவது ஒரு பாடமாக இருக்கட்டும் என்பதற்காக, கொலைக்கான காரணங்களை உங்களி டம் விளக்க விரும்புகிறேன்.

காரணங்களைக் கூறி, விடுதலை பெறலாம் என்ற ஆசை எனக்குக் கிடையாது! ஏனெனில்-நான் கூறும் காரணங்கள் எதுவுமே, என்னை நிரபாரதி என்று கூறும் சக்தி படைத்தவை அல்ல! எனது கள்ளக்காதலி மஞ்சுளாவை நான் தான் கொன்றேன்.

வெறியில் சொல்லவில்லை, என்னை அறியாத நிலையில் கொன்றுவிட்டேன். நான் ஒரு டாக்டர் கோபாலபுரத்திலே குடியிருந்துகொண்டு, டாக்டர் தொழில் நடத்தி வந்தேன். நான் குடியிருந்த வீடு, பெரிய மாடி வீடு--மாடியில்தான் வைத்தியசாலையும் எனது குடும்பமும்-கீழேயுள்ள வீட்டில் தான் மஞ்சுளா தனது தந்தையுடன் வசித்து வந்தாள். என் மனைவி கோகிலாவுக்கும், மஞ்சுளாவுக்கும் மிகுந்த நட்பு! அந்த வீட்டுக்குக் குடிபோன சில நாட்களுக்குள்ளாகவே இருவரும் இணைபிரியா தோழிகளாகி விட்டனர். என் துணைவி கோகிலா, பத்தினிகளின் பரம்பரையிலே வந்தவள். காலை யிலே படுக்கை விட்டெழும்போது, என் கால்களைத் தொட்டு கும்பிடாமல் அறையைவிட்டு வெளியேறுவதில்லை பகலானாலும், இரவானாலும்-எவ்வளவு மணி நேரமானாலும், நான் சாப்பிட்ட பிறகே அவள் சாப்பிடுவாள். என் பெயர் பாபு என்பதற்காக-"பா" என்கிற முதல் எழுத்து வரும் எந்த வார்த்தைகளையும் அவள் உச்சரிக்கவே மாட்டாள். என்மீது அளவு கடந்த அன்பும், மரியாதையும், பக்தியும் கொண்டவள் கொஞ்சம் கர்நாடகமாயிருந்தாலும், கணவனைத் தெய்வமாக கொண்ட மனைவியாயிருக்கிறாளே; என்ற எண்ணம், அவள் மீது எனக்கு அளவில்லாத பாசத்தை உண்டாக்கியிருந்தது.

கீழ் வீட்டிலேயிருந்த மஞ்சுளா, திருமணமானவள். அவள் கணவன் டில்லியிலே இருந்தான். கணவனுக்கும் மஞ்சுளாவுக்கும் ஏதோ சிறு தகராறு ஏற்பட்டு அது பெரிதாக முற்றி, கோபித்துக்கொண்டு, மஞ்சுளா தகப்பன் வீட்டுக்கு வந்திருந்தாள். மஞ்சுளா நல்ல அழகி. நாகரீக நாரீமணி அவளறு நீலக்குறு நயனங்கள் அனைவரையும் வசீகரிக்கும் தன்மை வாய்ந்தவை, நான் அடிக்கடி வெளியிலே சென்று விட்டு வீட்டுக்கு வரும்போது கீழ்

வீட்டைக் கடந்துதான் மாடிக்குப் போகவேண்டும். அத்தகைய சந்தர்ப்பங்கள் - நானும் மஞ்சுளாவும் அடிக்கடி சந்திக்கும் நிலையை ஏற்படுத்தின. "நீ என்னைக் காதலிக்கிறாயா?" என்று ஒரு பெண்ணிடம் கேட்டா தெரிந்துகொள்ள வேண்டும்! பார்த்தே தெரிந்துகொள்ளலாமே - அதுவும் மஞ்சுளாவின் அந்த விழி அசைவு என் இருதயத்தையே அடியோடு அசைத்து விட் டது! ஒரு நாள் நான் வீட்டுக்கு இரவு ஒன்பது மணிக்குத் திரும்பினேன். கீழ் வீட்டு வாயிற்புரத்தில் மஞ்சுளா உட்கார்ந்திருந்தாள். அப்போது கோகிலாவும் மஞ்சுளாவும் அரட்டை அடித்துக்கொண்டிருப்பார்கள், அன்று கோகிலா வைக் காணவில்லை.

நான் மஞ்சுளாவிடம் அப்பா இல்லையா என்று கேட்டேன். இல்லை-ஊருக்குப் போயிருக்குறார் என்று கூறினாள் - கோகிலா கூட துணைக்கு வரவில்லையா என்று கேட்டுக் கொண்டே நின்றேன், இவ்வளவு நேரம் பேசிக்கொண்டிருந்தாள் - தலை வலிக்கிறது என்று தூங்கப்போய்விட்டாள்" என்று மஞ்சுளா கூச்சத்தோடு பதில் சொன்னாள்.

நான் மாடியில் போய் பார்த்தேன்-கோகிலா நன்றாகத் தூங்கிக் கொண்டிருந்தாள். மெதுவாக நடந்து, கீழ் வீட்டுத் தாள்வாரத்துக்கு வந்தேன் - மஞ்சுளா, தெருக் கதவைத் தாள் போட்டுவிட்டு, திரும்பியவள் என்னைப் பார்த்து திடுக்கிட வில்லை! தலையைக் குனிந்துகொண்டு நின்றாள்!

அருகே சென்றேன். அவள் அசையவில்லை. தொட்டேன், "கோகிலா தூங்கிவிட்டாளா?" என்று கேட்டாள் - "சம்மதம்" என்பதற்கு அறிகுறி இந்தக் கேள்வி ! - பிறகு சமயம் கிடைத்த போதெல்லாம், நானும் மஞ்சுளாவும்

காதல் கீதம் பாட ஆரம்பித்தோம். இந்த விஷயம் என் மனைவி கோகிலாவுக்குத் தெரிந்துவிட்டது - அவள் என்னிடம் எவ்வளவோ கெஞ்சினாள், மன்றாடினாள். நானோ, மஞ்சுளாவின் மயக்கத்திலே அவள் புலம்பலை லட்சியம் செய்யாமலிருந்தேன். பற்பல அறிவுரைகள் கூறி, கோகிலா என்னைத் தடுத்தாள்.

கோகிலாவுக்கும் மஞ்சுளாவுக்கும் விரோதம் வளர்ந்தது- எனக்கும் மஞ்சுளாவுக்கும் தொடர்பு வளர்ந்தது. கோகிலாவோடு நான் சரியாகவே பேசுவது கிடையாது. சதா சர்வ காலமும் மஞ்சுளாவைப் பற்றிய நினைவுகள். அவளைப்பற்றிய கனவுகள்! அவளுடைய தகப்பனார் எங்களின் சந்திப்புகளுக்கு ஒரு தடையாக இருந்தார். அந்தத் தடையை மீறுவது எங்களுக்கு ஒரு புது இன்பத்தையே அளித்தது. கோகிலா ஒரு நாள் என்னிடம் வந்து, தான் தற்கொலை செய்து கொள்ளப்போகிறேன் என்று பயமுறுத்தினாள். நான் தாராளமாக செய்துகொள், எனக்கொன்றும் ஆட்சேபணை இல்லை என்று கூறிவிட்டேன். கோகிலாவுக்கு, வீட்டுக் குலதெய்வத்தின் அறையிலே முறையிட்டுக் கதறுவதே வேலையாகப் போய்விட்டது! தெய்வம் விட்ட வழியில் நடக்கட்டும் என்று அதன் காலில் விழுந்து கதறினாள்.

ஒரு நாள், திடீரென்று டில்லியிலேயிருந்து மஞ்சுளாவின் கணவன் கோபால் வந்துவிட்டன். மஞ்சுளாவை சமாதானப்படுத்தி அழைத்துச் செல்வதற்காக கோபாலின் சென்னை விஜயம் நடைபெற்றது. மஞ்சுளாவின் கோபம் தணியாத காரணத்தால், மாமனாரின் யோசனைப்படி, கோபால் அங்கே ஒரு மாத காலம் தங்கவும் முடிவு செய்துவிட்டான். நானும் மஞ்சுளாவும் இப்போது வெகு கஷ்டப்பட்டு சந்தித்தோம். மஞ்சுளா, டில்லிக்குப் போகக்கூடாது என்று நான் வேண்டினேன். அவளும்

என்னைப்போலவே முடிவு செய்திருந்தாள். மஞ்சுளா டில்லிக்குப் போய்விடுவாள், பிறகு தன் வாழ்வில் நிம்மதி ஏற்படும் என்று எண்ணியிருந்த கோகிலாவுக்கு -மஞ்சுளா டில்லிக்குப் போகப்போவதில்லை என்ற செய்தி இடியாக விழுந்தது! கோபாலோ எப்படியும் மனைவியை சமாதானப்படுத்திவிடலாம் என்ற தைரியத்தில் தங்கியிருந்தான்.

கோபாலுக்கும் எனக்கும் நட்பு ஏற்பட்டது- அவனுக்குத் தெரியாது. எனக்கும் அவன் மனைவிக்கும் நட்பு என்பது! ஒரு மாதம் - இரண்டு மாதம் - மூன்று மாதம் கோபால் தங்கி இருந்தான் சென்னையிலேயே !- கடைசியாகக் கோபாலும், மஞ்சுளாவும் டில்லிக்குப் போகப் போகிறார்கள் என்ற செய்தி எனக்குக் கிடைத்தது மஞ்சுளாவிடம் கேட்டேன், அவளும் 'ஆமாம்' என்று தலையசைத்துவிட்டு ஓடிவிட்டாள். அவள் என்னை கிண்டல் செய்வதற்காக அப்படிச் சொன்னாள் என்பது எனக்குத் தெரியாது – எனக்கு ஒரே ஆத்திரம் பிறந்துவிட்டது! மஞ்சுளா, டில்லியிலே சென்று வாழ்வதா? நான் சென்னையில் அவளை நினைத்து ஏங்குவதா? என்று பெருமூச்சு விட்டேன்.

அவளைக் கொன்று, யாருக்கும் பயன்படாமல் செய்து விட வேண்டுமென்று துடித்தேன்; அன்று வெளியிலே சென்றிருந்த நான், 'ரிவால்வார்' சகிதம் வீட்டுக்குத் திரும்பினேன், மஞ்சுளாவைக் கொலை செய்து, அவன் டில்லி பயணத் தைத் தடுக்கவேண்டுமென்று முடிவு கட்டிக்கொண்டு வீட்டுக்குள் நுழைந்தேன். கீழ் வீட்டில் வேலைக்கார சிறுமி நின்று கொண்டிருந்தாள் - அவளிடம், "கோபால் எங்கே?" என்று கேட்டேன் "அவர் ஊருக்குப் போய்விட்டாராம்" என்று பதில் கூறிவிட்டு அவள் வேகமாகப் போய்விட்டாள்

கீழ் வீட்டில் மஞ்சுளாவை தேடினேன் காணவில்லை ! சரி! அவளும் போய்விட்டாள் என்ற ஏமாற்றத்தோடு, மாடிக்குப் போனேன். அங்கே என் மனைவி கோகிலாவைக் காண வில்லை. மேசைமீது ஒரு கடிதம் இருந்தது. பிரித்துப் பார்த்தேன்.

"அன்புள்ள பாபு -உம்மிடமிருந்து விடுதலை பெறுகிறேன். என்னை மன்னிக்க வேண்டுகிறேன். நீங்கள் செய்த தவறுகளுக்காக-நானும் தவறு செய்வதா என்று எண்ணினேன். இது முறையல்ல என்று உலகம் சொல்லும்; அறிவாளிகளும் சொல்லுவார்கள்; ஆனால் உம்மைப் போன்றவர்கள் சீர்திருந்தி நடக்க, என் ஒருத்தியின் முடிவு ஒரு பாடமாக இருக்கட்டும். உமது உள்ளங் கவர்ந்த பொருளை உம்மிடம் விட்டுச் செல்லுகிறேன் இனி என் வாழ்க்கை கோபாலுடன் டில்லியில் நடைபெறும். நமஸ்காரம்.

உமது மனைவி
கோகிலா

யார் கோகிலாவா?-என் மனைவி கோகிலாவா?-அவள் கோபாலுடன் போய்விட்டாளா – என்று அலறினேன் என்னையே நான் மறந்தேன் - நிலைதடுமாறி நின்றேன் — அப்போது என் எதிரே மஞ்சுளா வந்திருக்கிறாள். எனக்குச் சரியாக கண் தெரியவில்லை மஞ்சுளா எளக்குக் கோகிலா போலத் தோன்றினாள். "இமைப்பதற்குள் ரிவால்வாரை ஓங்கினேன் சுட்டேன் - சுட்டுக்கொண்டே யிருந்தேன்!- வெறி அடங்கியது - பிறகுதான் மஞ்சுளாவைக் கொன்றுவிட்டதாக உணர்ந்தேன். கைது செய்யப்பட்டேன். இப்போது இந்தக் கூண்டிலே நிற்கிறேன்" - என்று குற்றவாளி, தன்னுடைய உரையை

முடித்தான்- நீதிபதி கேட்டார் "கொலையாளி என்பதை ஒப்புக்கொள் கிறாய் அல்லவா?" என்று!

"ஆமாம்-நான் கொலைகாரன்தான்!" என்று டாக்டர் பாபு முகத்திலே பல முறை அறைந்துகொண்டார். அப்போது அவரது மீசை கீழே விழுந்தது-டாக்டர் பாபு, அந்த மீசையை எடுத்து அவசரமாக ஒட்டிக்கொண்டார். கோர்ட் காட்சியைப் பார்த்துக்கொண்டிருந்த மக்கள் சிரித்துவிட்டனர். வக்கீல்களும் சிரிப்பை அடக்கமுடியாமல் தவித்தனர். நீதிபதி கீழே ஆத்திரத்தோடு இறங்கிவந்து குற்றவாளியைப் பார்த்து, "உனக்கு இப்போதே தண்டனை விதிக்கிறேன்."

"அலட்சிய சுபாவத்தோடு, மீசையைக்கூட சரியாக ஒட்டிக்கொள்ளாமல், ஆயிரக்கணக்கான மக்களுக்கு நேராக நடிப்பதற்கு வந்துவிட்ட நீ இந்த நாடகக் கம்பெனிக்கே தகுதியில்லை! இப்போதே இந்தக் கம்பெனியிலிருந்து உன்னை டிஸ்மிஸ் செய்கிறேன். 'மேக்கப்பை' அழிந்துவிட்டு வெளியேறு!" என்று அதிகாரத்தோடு கத்தினார்-திரை விழுந்தது -டாக்டர் பாபு வேஷம் போட்ட நடிகர், எவ்வளவுதான் கெஞ்சியுங்கூட, அவருக்கு நீதிபதி வேஷம் போட்ட கம்பெனி முதலாளியிடமிருந்து மன்னிப்புக் கிடைக்கவில்லை.

புகழேந்தி

விஞ்ஞான ஆராய்ச்சியிலே அவனுக்கு நிகர் யாருமில்லை. இந்தியாவின் ஈன்ஸ்டின் என்று உபகண்டம் பாராட்டுப் படித்தது. சரித்திர ஆராய்ச்சியின் கரையைக் கண்டவன் அவன். சார்லஸ் ஆண்டபோது நடந்ததைக் கூற வேண்டுமா? ஷாஜகானின் குணாதிசயங்களை ஒன்று விடாமல் சொல்ல வேண்டுமா? நாசர் காலமா? சீசர் வீரமா? எல்லாமே அவனுக்கு மனப்பாடம்! சுருங்கச் சொன்னால் அவனே ஒரு சரித்திரப் புத்தகம்!

இலக்கியத்திலே எதுபற்றி அவனிடம் விவாதிக்க வேண்டும்? எதற்கும் தயார்! கவிதைத் துறையிலே கம்பனா? ஷெல்லியா? காளிதாசனா? டென்னிசனா? பைரனா? பாரதியா? யாரைப் பற்றியும் கருத்துரைகள் வழங்குவதிலே அவனுக்கு நிகர் யாருமில்லை என்பது மட்டுமல்ல; அந்தக் கவிதா மண்டலத்தோடு போட்டியிடவும் திறமை பெற்றவன். பொருளாதாரம் பற்றி விளக்கம் தேவையா? காரல்மார்க்ஸ் அனுப்பி வைத்த தூதுபோலத் தொடங்கி விடுவான், பொருளாதாரப் பிரசங்கத்தை. அமெரிக்காவின் ஆஸ்தி என்ன? ரஷ்யாவின் ரகசியமென்ன? இது போன்ற விவரங்களை மிக எளிதில் கற்றுத்தர வல்லோன்! கணிதத்திலோ மேதை! பூகோளத்துப் புலி! அரசியலிலே அவனொரு பிளேட்டோ! சமுதாயத்திலே சாக்ரடீஸ்! எழுத்திலே பெர்னாட்ஷா- ஷேக்ஸ்பியர் இருவரின் கூட்டு! பேச்சிலே டெமாஸ்தனிஸ் -இங்கர்சால் இருவரின் கலப்பு! இத்தகைய மேதை! புதிய பாதை வகுத்தவன்! அவனது பெயர் கூறவே மக்கள் தயங்குவர்—

பெயரைக் கூறுவது அவன் பெருமையை இழிவு படுத்துமோ என்ற சந்தேகத்தால்! ஆகவே அவனை மேதை என்றே அழைத்தது இந்த மேதினி.

சில புலவர்கள் கூட அழகாகச் சொல்லுவார்கள் அவனது பெயரைப் பற்றி. "மே" என்பது உலகத்தொழிலாளரின் உற்சவதினம்; "தை" என்பது தமிழரின் உழைப்பு வெற்றி தினம்; ஆகவே இரண்டு பெருந் திருநாட்களும் சேர்ந்தமைந்த பொருத்தமான பட்டம் 'மேதை' என்று! நமது சிந்தை கவர்ந்தவனுக்குச் சிறப்பான பெயர் அமைந்து விட்டது என்று கூறி மகிழ்வர் பல்லோர். வயதோ முப்பது நிறையவில்லை. வாலிபத்தென்றல்; அதற்குள்ளாக அவனுக்கு வந்து குவிந்த புகழோ பெருங்குன்றம்!

அவனைச் சுற்றி வாழ்த்துப் பாடியபடி எந்நேரமும் இருப்பார் மாணவரும், தொழிலாளரும், பண்டிதரும், பாமரரும்! தனக்கு எத்துணைப் பெருமை வளர்ந்திருக்கிறது என எண்ணும்போது, மணக்கும் அவன் நெஞ்சம் புகழ் கண்டு பூரிப்படைவான். ஆனாலும் அவன் உள்ளம் புகையும் எரிமலை போல இருந்ததை அவனால் மறைக்க முடியவில்லை. மறைப்பதற்கு மிகவும் கஷ்டப்பட்டான்.

புகழ்! புகழ்!! புகழ்!!!

யாருக்கு வேண்டும் இந்தப் புகழ்! சரித்திர விற்பன்னன் ஜகம் புகழும் பூகோள மேதை -கணித நிபுணன் கவிஞருக்கு மன்னன் எழுத்து வேந்தன் என்றெல்லாம் உலகம் உளறுகிறது அவனைப் பற்றி! ஆனால் அவனோ

துடித்துக் கிடக்கிறான். "தொலையாதோ இந்தப் புகழ்" என்று மனம் வெடித்துச் சாகிறான். காரணம் அவனால் தனியே எங்கும் போக முடியாது. மாலை நேரத்தில் கடற்கரையில் உலவி வரலாமா? முடியாது, கூடாது என்று தடையல்ல; அவன் போக முடியாதபடி புகழ் அவனைத் தடுத்தது. நூறு, ஆயிரம் என்று மக்கள் சூழ்ந்து கொள்வர். "மேதை" வந்து விட்டார் என்ற செய்தி எங்கும் பரவும். தனிமையை நாடிவந்த அவன் புகழ்தரும் தலைவலி தாங்காமல் ஓட்டமாக ஓடி வீட்டுக்குப் போய்விடுவான். ரயிலில் போக முடியாது. கடைத்தெருப் பக்கம் தலைகாட்ட இயலாது. கண்காட்சி சாலைகளில் காலடி வைக்க முடியாது. புகழ் – புகழ் – புகழ் – எங்கும் புகழ்! அந்த மேதையின் நற்பண்புகள் பற்றிப் பேசாதார் இல்லை.

காதலனும் காதலியும் கொஞ்சிடும் அந்த அழகான நந்தவனத்தைப் பற்றி உணர்ச்சி பொங்கிட வர்ணித்திருக்கிறானே; அந்த ஒய்யார வனத்திலே உல்லாச கீதம் பாடும் ஜீவ ஜோடிகளை யாரும் சித்தரிக்காத வண்ணம் சித்தரித்து எழுதி இருக்கிறானே; படிக்கும்போதே நமக்கு ஒரு போதை தோன்றுகிறதே; அதை எழுதும்போது அவன் நிலை எப்படி இருந்திருக்கும்! – இப்படியெல்லாம் எழுதுவது போன்ற கற்பனையை வாழ்நாளில் தத்ரூபமாகச் சிந்திக்க வேண்டுமென்று அவன் விரும்பமாட்டானா ? அந்த இன்பவிருப்பத்தை நிறைவேற்றிக் கொள்ள முடியாமல் தவித்திருக்க மாட்டானா? அந்தத் தவிப்பின் போது ரோஜா கிடைக்காவிட்டால் ஒரு கனகாம்பரம் என்ற அளவுக்குத் தன் ஆசையை விரித்திருக்க மாட்டானா ? என்றெல்லாம் அவனைப் பற்றிப் பேசினர்.

“ஆச்சரியம் தான்! நீ நினைக்கிறபடியோ, சந்தேகங் கொள்ளுகிறபடியோ, அந்த மேதை வழுக்கி விழுந்து விடுகிறவனல்லன்; நிச்சயம் அத்தகைய வழியில் அவன் இறங்க மாட்டான்!” என்று உறுதியோடும் பலர் பதிலுரைத்தனர்.

“நல்லொழுக்க சீலன் என எப்படி நவில முடியும் ? நாடு பல சுற்றியிருக்கிறான்”

“ஏடு பல கற்றிருக்கிறான். ஏன் அவன் சற்குணனாய் இருக்க முடியாது ?” இப்படிக் கேள்வியும் பதிலும் மாறி மாறி!

“தான் எதிர்பார்த்து நடைபோடும், அந்த லட்சியம் கைகூடும் வரையில் – உலகத்திற்கு அந்த ஒப்பற்ற பரிசை வழங்கும் வரையில் – அவன் திருமணமே செய்து கொள்ள மாட்டானாம்!”

இந்தப் பிரசாரமும் பரவியது, அவன் அப்படிச் சொன்னானோ இல்லையோ எல்லோரும் அப்படித்தான் நம்பிக்கொண்டிருந்தனர். அவன் சொல்லாததை யெல்லாம் மக்கள் சொல்லுவர். அதைப் பற்றிப் புகழ்வர், அவனும் வேறு வழியின்றி, “ஆமாம், சொன்னேன்” என்று ஒத்துக் கொள்வான்.

“இலட்சியம் கைகூடும் வரையில் உறங்கவும் மாட்டாராம்!” இப்படிப் பிரச்சாரம் நடைபெறும். அன்பின் மிகுதியால் கிளம்பும் வதந்தி. அவனைப் போய்க் கேட்பர். “உங்கள் இலட்சியம் கைகூடும்

வரையில் உறங்கமாட்டீர்களாமே! ஆகா, என்ன உறுதி" எனப் புகழ் பாடியபடியே!

"இல்லை, இல்லை எனக்கு அப்படியெல்லாம் இலட்சியத்தில் மோகமில்லை!", என்றா அவனால் சொல்ல முடியும்? முடியாது. ஆகவே, "ஆமாம் உறங்கமாட்டேன்" என்பான். அதற்காகத் தன்னைச் சுற்றியிருப்போர் தூங்கிய பிறகு நாற்காலியில் உட்கார்ந்தபடியே எதையோ சிந்திப்பது போலத் தூங்கிக் கொண்டிருப்பான், பாவம்! அதுவும் அமைதியற்ற அரைத் தூக்கம்.

"நமது மேதை – நல்ல வேட்டி சட்டைகூட உடுத்துவதில்லை. அவருடைய எண்ணமெல்லாம் உலகத்திற்கு ஒரு புதிய வழி காண வேண்டுமென்பதிலேயே லயித்துக் கிடக்கிறது" என்பர் சிலர்.

"இல்லை, இல்லை நான் ஆடம்பரமாக உடை உடுத்துவேன்" என்றா அவன் கூற முடியும் ? முடியாதே; பாவம்! அதற்காக நாற்றத்தையும் தாங்கிக்கொண்டு அழுக்கு ஆடைகளை உடுத்துவான்.

"பெரிய மகானுக்கும் நமது மேதைக்கும் என்ன வேறுபாடு? ஒன்றுமில்லை – பெண் என்றால் திரும்பியும் பார்ப்பதில்லையே இவர்!" என்று அதிசயமாகப் பேசுவர் பலர்.

"உம் – பெண்ணாவது மண்ணாவது!" என்று மேதையும் அவர்களோடு சேர்ந்து பேசுவான். பேசத்தானே

வேண்டும், அவனுடைய பெருமையைக் காப்பாற்றிக் கொள்ள!

மேதை ஒருநாள் வெளியூருக்கு அழைக்கப்பட்டிருந்தான் கல்லூரி ஒன்றிலே 'விஞ்ஞான அறிவு' என்ற தலைப்பிலே சொற்பொழிவு நிகழ்த்துவதற்காக! கல்லூரித் தலைவரின் வீட்டிலேயே தங்கியிருந்தான். யாரும் தொந்தரவு கொடுக்காமலிருப்பதற்காகத் தனியாக மேல் மாடியில் மேதைக்கு இடவசதி செய்து கொடுத்திருந்தார் கல்லூரித் தலைவர். கல்லூரியில் மேதையின் சொற்பொழிவு நடைபெற்றது. விஞ்ஞானத்தின் பெருமைகளை அவனுக்கே உரிய அழகு நடையில் அவனால் மட்டுமே விளக்கமுடியும் என்ற அத்தனைப் பெரிய கருத்துக்களை மாணவரிடையே வாரியிறைத்தான் மேதை.

கூட்டத்திலே மாணவிகளும் அதிகமிருந்தனர். அந்த முல்லைக் கொல்லையின் நடுவே அழகு ரோஜா ஒன்றும் இருந்தது. மேதையின் பேச்சையும், அவனது கட்டுக்குலையா மேனியின் அழகையும் அந்த ரோஜாப்பூ தன்னிரு செவிகளாலும், விழிகளாலும் முறையே விழுங்கிக் கொண்டிருந்தது. மேதையின் பார்வையும் இரண்டொரு முறை அந்த அழகியின் மீது பாய்ந்தது. ஆனால் பாய்ந்த வேகத்தில் மீண்டது. அவன் அவளை லட்சியம் செய்ததாகக் காட்டிக் கொள்ளவில்லை. சொற்பொழிவு முடிவுற்றது. மேதையை மாணவர் சூழ்ந்துகொண்டனர். அனைவரிடமும் பேசிவிட்டு மேதை கல்லூரித் தலைவரின் வீட்டுக்குப் புறப்பட்டான்.

உணவு முடிந்த பின்னர் அமைதியை விரும்பி, மேதை மாடிக்குப் போனான். மாடியிலே உலவிக் கொண்டிருந்தான். நல்ல நிலவு! உலவிக் கொண்டிருந்தவனுக்குக் கால் வலி எடுக்கவே நாற்காலியில் அமர்ந்தான். மேதையைக் கவனிப்பதற்காக அமர்த்தப்பட்டிருந்த பையன் ஓடிவந்து, மேதையின் கால்களை அமுக்கி விட்டான். மேதையின் வலிகண்ட கால்கள் பையனின் பணிவிடையால் சுகம் பெற்றன.

மேதையின் கண்கள் கட்டவிழ்த்துக் கொண்டு இங்குமங்கும் திரிந்தன. எதிர்த்த வீட்டு மாடியிலே, கல்லூரியிலே கண்ட ரோஜா நின்று கொண்டிருந்தாள். அவள் கண்களிலேயிருந்து புறப்படும் அந்தக் காதற் கணைகள் எவ்வளவு சக்தி வாய்ந்தவை! ஆனால் அவை மேதையை அசைக்கவும் முடியாதவை என எண்ணித் தவித்தாள், அந்த ரோஜா! மேதைக்குக் கால் அமுக்கிவிட்ட பையன் வேலை முடிந்து வெளியே போனான். போனவன் எதிர்த்த வீட்டு மாடிக்கு எப்படிப்போனானோ தெரியவில்லை. அந்த மாடியைப் பார்த்துக் கொண்டிருந்த மேதையின் கண்களிலே ஒரு காட்சி தெரிந்தது. தனக்குக் கால் பிடித்த பையன் எதிர்த்த வீட்டிலே அந்தக் கல்லூரி ரோஜாவுடன் ஏதோ பேசுகிறான். அவளும் மெதுவாக ஏதோ கூறுகிறாள். பிறகு அந்தப் பையனுடைய கைகளை எடுத்துக் கண்களிலே ஒத்திக்கொள்கிறாள். அந்தக் காட்சியை மேதை கண்டான். “லட்சியம் ஈடேறும் வரையில் பெண்களைத் திரும்பியும் பாரார்! திருமணமும் வேண்டார்!” என்று ஊரார் – உலகத்தார் பேசிய புகழ் உரைகள் அவன் காதில் ஒலித்தபடி இருந்தன.

மறுநாள் காலையில் பையன் வந்தான், அவனுக்குக் காலைப் பணிவிடைகள் புரிவதற்காக! அப்போது மேதை அவனிடம் கேட்டான்: "நேற்றிரவு அந்தப் பெண் உன் கைகளைக் கண்களில் ஒத்திக் கொண்டாளே, ஏன்?" என்று. "நான் உங்கள் கால்களைப் பிடித்தேனல்லவா? அதனால் என் கைகள் மிகவும் பாக்கியம் செய்த கைகளாம்; அதனால் என் கரங்களை அவள் கண்களில் ஒத்திக் கொண்டாள்!" என்று பையன் நிலைமையை விளக்கினான்.

மேதை ஒன்றும் பதில் சொல்லவில்லை; நினைத்துக் கொண்டான். "நான் அவள் கால்களையே கண்களில் ஒத்திக் கொள்ளத் தயாராயிருக்கிறேன். அவளோ என் காலில் பட்ட உன் கரங்களை முத்தமிடுகிறாள்! நல்ல புகழப்பா இது! பொல்லாத புகழ் – என்னைக் கொல்லாமல் கொல்லுகிறது!' என்று ஆயிரம் முறை தனக்குள்ளாகவே முணுமுணுத்துக் கொண்டான்.

அதற்குள்ளாக அந்தப் பெண்ணும் எதிர்வீட்டு மாடியில் உதயமானாள். மேதையை வழியனுப்புவதற்காக ஐம்பது மாணவரும், ஆசிரியர் பத்துப் பேரும் மாடிக்கு வந்துவிட்டார்கள். மேதை எதிர்வீட்டு மாடியை ஏறெடுத்தும் பாராமல் காரியங்களை முடித்துக் கொண்டு ஊருக்குப் புறப்பட்டான்.

"மேதை வாழ்க!" என்ற முகத்துடன் மாணவர்களும் ஆசிரியர்களும் கலைந்தார்கள்.

திடுக்கிடும் கதை

[குறிப்பு: ஒரு சிறிய நகைச்சுவைத் துணுக்கை ஆதார மாகக் கொண்டு இந்தக் கற்பனை தீட்டப்படுகிறது.]

நியூயார்க் நகரத்தைப்பற்றி நிறையக் கேள்விப்பட்டிருக்கிறோம். நேரே பார்த்திராவிட்டாலும்! அமெரிக்காவின் அழகுத் திருநகர் மட்டுமல்ல, அகிலத்தின் எழில்மாடம் என்றெல்லாம் வர்ணிப்பர் நாடு சுற்றிகள்! வானத்தைத் தொடும் மாடமாளிகைகள் அங்கே உண்டு. உச்சியிலே எரிவது மின்சார விளக்கா, அல்லது நட்சத்திர மண்டலம் வரையிலே அந்த உப்பரிகை உயர்ந்து நிற்கிறதா என்ற ஐயப்பாடுகள் புதிதாகப் பார்க்கிறவர்களுக்கு ஏற்படுவது சகஜம். அத்துணை உயரம் பொருந்திய பல அடுக்கு மாடிகள் உள்ள ஹோட்டல் ஒன்றில் உச்சிப்பகுதியில் மூன்று நண்பர்கள் ஒரு அறையை வாடகைக்கு எடுத்துக்கொண்டு அங்கே தங்கியிருந்தார்கள். அவர்கள் நகர் சுற்றிப் பார்க்க வந்தவர்கள் உயர்ந்த கட்டிடங்களுக்கு மேலே ஏறிச் செல்வதற்கு, 'லிப்ட்' வழியாக கீழே வந்தால் அந்த மூவரும் நகரத்தின் சிங்காரப் பகுதிகளையெல்லாம் சுற்றிப் பார்த்துவிட்டு, இரவு பத்து மணிக்கு மீண்டும் தங்களின் அறைக்கு திரும்புவது வழக்கம். இப்படி சில நாட்கள் மூவரும் நியூயார்க்கின் நேர்த்தியை ரசித்துக்கொண்டிருந்தார்கள். ஒருநாள் அவர்கள், வேடிக்கை விநோதங்கள் விசித்திர கேளிக்கைகள் எல்லாவற்றையும் பார்த்துவிட்டு தங்கள் ஹோட்டலுக்குத் திரும்பினார்கள். கீழ்த் தளத்திலுள்ள ஹோட்டல் மானேஜர் அவர்களைப் பார்த்து வருத்தமுடன், ஒரு செய்தியைச் சொன்னார். அதாவது:

"அன்புள்ள நண்பர்களே! இன்று நீங்கள் உங்கள் அறைக்கு நடந்துதான் போகவேண்டும். ஏனெனில் நமது லிப்ட் கெட்டுவிட்டது. அதற்காக வருந்துகிறேன், என்பதுதான் அந்தச் செய்தி. உண்மையிலேயே அது வருத்தமான செய்திதான். லிப்டில் ஏறி உட்கார்ந்தால் சில நிமிடங்களில் எந்தத் தொல்லையுமின்றி குறிப்பிட்ட இடத்திற்கு அவர்கள் போய்விட முடியும். லிப்ட் கெட்டுவிட்ட காரணத் தால் - இப்போது அவர்கள் கடக்க வேண்டிய மாடிகள் பல ! ஏறவேண்டிய படிகள் இரண்டாயிரத்துக்கு மேல் இருக்கும். ஊரெல்லாம் சுற்றி காலெல்லாம் அலுத்துப் போயிருக்கிற அவர்கள் அவ்வளவு படிகளில் ஏறி, மாடிகளைச் சுற்றிச் சுற்றி தங்களின் அறைக்குப் போவதென்றால் சாமான்யமா? என்ன செய்வது-போய்த்தானே தீரவேண்டும். மூவரும் படிகளில் ஏறிப்போகத் தீர்மானித்தார்கள். அதோடு அலுப்புத் தெரி யாமல் இருக்க ஒரு புதிய உற்சாகமான ஏற்பாடும் செய்து கொண்டார்கள். தங்கள் அறையை அடைவதற்குள், வழியில் மூவரும் ஆளுக்கு ஒரு கதை சொல்வதென்று முடிவு கட்டி னார்கள். அதன்படி முதல் கதை ஒரு காதல் கதை ! -அந்தக் கதையை ரோமியோ என்பவன் சொல்லவேண்டும். அடுத்த கதை வீரக்கதை, அதை ஆண்டணி என்பவன் சொல்ல வேண்டும். மூன்றாவது திடுக்கிடும் கதை, அதை சார்லஸ் என்பவன் சொல்ல வேண்டும். அதன் படியே முதலில் ரோமியோ காதல் கதை கூற ஆரம்பித்தான்."

காதல் கதை

பாபிலோன் நகரம் செல்வத் திருநகரம். அங்குதான் நான் சொல்லப்போகும் கதையின் பாத்திரங்கள் வாழ்ந்தார்கள்; ஓவிட் என்பான் இதை அழகாக எழுதியிருக்கிறான்.

இரட்டைக் குழந்தைகளைப்போல இரண்டு வீடுகள் ஒட்டிக்கொண்டிருந்தன. ஒற்றைக்கல் சுவர் ஒன்று அந்த வீட்டைப் பிரித்துவைத்தது. அதில்தான் இரண்டு நெஞ்சு இணைந்த காதலர்கள் வாழ்ந்தார்கள். திஸ்பே ஒரு அலங்காரத் திருஉருவம்; பைரமஸ் ஒரு ஆணழகன். கருத்தொரு மித்த அவர்களுடைய காதலை மூடி மறைக்க அவர்களுடைய பெற்றோர்கள் முடிவு செய்தனர். வெம்பிய உள்ளத்தினராய் இல்லத்துக்குள்ளேயே வாடி வதங்கினார்கள். அதற்கு அந்தக் களிமண் சுவரோ உணர்ச்சிக்கு இடப்பட்ட வேலியாக இருந்து வேலை பார்த்துவந்தது.

யானையின் கண்களைவிட காதலர்களின் கண்களுக்குத் தான் கூர்மை அதிகமாயிற்றே! அந்தச் சுவற்றிலே இருந்த ஒரு பொந்து அவர்களுடைய கவனத்தை ஈர்த்தது. அவ்வளவுதான் !

நேரம் - காலம் இன்னதென்று பாராது திஸ்பேயும், பைரமசும் 'குசுகுசு' வென்று காதலுரையாட ஆரம்பித்தார்கள். சுவற்றின் ஒரு பக்கத்திலே பைரமஸ் வார்த்தைகளைக் கொட்டி அவளை வர்ணித்தபடி நிற்பான். அதையெல்லாம் ஆமோதித்தபடி சுவற்றின் மற்றொரு பக்சுத்திலே திஸ்பே மெய்மறந்து நிற்பாள். அந்திநேர மென்றும், அர்த்த சாம மென்றும் பாராது அவர்கள் இன்பக்கடலாடினார்கள்! இத்தனை நாட்கள் இரண்டு ஜோடிக் கிள்ளைகளைப் பிரித்து வைத்திருக்கும் தடைக்கல்லாக நின்ற அந்தக் களிமண் சுவர் இப்போது தேக்கிய இன்ப வெள்ளத்திற்கு பெருங்கரையாக நின்று பேருதவி செய்தது. பொந்தின் இடையிலே காந்தச் சொற் களின் இன்னிசை எந்நேரமும் ஒலித்தபடி இருந்தது, அவர்களுடைய உதடுகள் உராய்ந்ததில்லை. ஆனால்

எப்போதும் 'இச்' என்ற ஒலி மட்டும் மெல்லன அதிர்ந்துகொண்டே இருந்தது.

பெற்றோரை ஏமாற்றும் காதலராய் அவர்கள் எத்தனை நாட்கள்தான் வாழமுடியும்? வேறூர் சென்று திருமணம் செய்து இல்வாழ்வு நடத்த அந்த இளம் இதயங்கள் முடிவு செய்தன.

பாபிலோன் நகருக்குப் பக்கத்திலே நிகசின் சமாதி ஒன்று இருக்கிறது. அதன் அருகிலே நிற்கும் மல்பெரி மரத்தின் பக்கத்திலே இரவு நேரத்தில் இருவரும் சந்திப்பது எனவும்- பின்னர் அங்கிருந்து கட்டுப் பாடென்னும் கோடாறியால் வாலிபத்தை வெட்டிச் சாய்க்கும் பெற்றோரை விட்டுவிட்டு ஓடிவிட முடிவு செய்தனர்.

பெண்கள்தான் எப்போதும் அவசரக்காரர்களாயிற்றே ! அதன்படி-குறிப்பிட்ட நேரத்தில் கள்ளரும் அஞ்சி நடுங்கும் நள்ளிரவைக் கண்டு உள்ளம் நலியாமல் திஸ்பே மல்பரி மரத்தடிக்கு வந்துசேர்ந்தாள். ஆனால், பைரமசை மட்டும் அங்கே காணவில்லை. அந்த இருட்டிலே பேதைப் பெண், அவள் அவனை எங்கே தேடுவாள்! காற்றிலே புழுதிப் பறக்கும் ஓசைகூட பைரமசின் பாத ஒலியாகத்தான் தோன்றியது. அந்த பாவைக்கு! ‘ஓ’’ வென்ற ஒலி அலை கேட்டு திஸ்பே திரும்பினாள்.

புள்ளிமானை கொன்று போட்ட பெண் சிங்கம் ஒன்று இரத்தம் வழியும் நாக்கை சப்புக் கொட்டியவாறு வந்து கொண்டிருந்தது. பாவம்! திஸ்பே நடுநடுங்கிவிட்டாள், பாயவரும் சிங்கத்தின் பார்வையை மறைத்து உயிரைப் பாதுகாத்துக்கொள்வதற்காக அந்தப் பாவை, தன் மார்பகத்தை மூடியிருந்த மேலங்கியைத் தூக்கி எறிந்துவிட்டு ஒரே நொடியில் ஓடிவிட்டாள் ! காற்றிலே

மிதந்து வந்து தன் முகத்தை மறைத்த மேலங்கியை தன் கூறிய நகங்களால் பிராண்டி-இரத்தக்கரை படிந்த பற்களால் கிழித்து எறிந்து விட்டு தன் குகைக்கு நடை போட்டது அந்தக் கிழட்டு சிங்கம்!

காதலியை காக்கவைத்த பைரஸ், சிங்கம் அப்பால் நகர்ந்த பின்புதான் அங்கு வந்து சேர்ந்தான். காதலியைத் தேடினான்; தேடினான்! ஆனால், அவனோ திஸ்பேயின் இரத்தம் தோய்ந்த மேலங்கியையும், சிங்கத்தின் பாதச்சுவடுகளையும் தான் பார்க்க முடிந்தது.

உள்ளம் வெடிக்க உடல் துடிக்க அவன் சோகப் பெருங் கூச்சலிட்டான். "தாமதித்து வந்ததால் என் தாரத்தை இழந்தேனே! சிங்கத்தால் நீ சாகவில்லை. கண்மணியே! என்னால்தான் நீ இறந்தாய். நள்ளிரவில் நடுக்காட்டி இளையவளாம் உன்னைத் தனியாக வரச்சொல்லி நானேதான் உனைக் கொன்றேன்' என்றெல்லாம் புலம்பி, தன் மார்பிலே பாய்ச்சிக் கொண்டு-திஸ்பேயின் மேலங்கியை அணைத்தபடி மண்ணிலே சாய்ந்தான், அந்த வனப்புகொள் வாலிபன்!

இந்நேரம் காதலன் வந்திருப்பான்; கண்காணாச் சீமை சென்று காதல் வாழ்வு நடத்தலாம் என்றெல்லாம் மனக் கோட்டை கட்டியபடி திஸ்பே மல்பரி மரத்தடிக்கு வந்தாள். அய்யகோ! அவள் கண்ட காட்சியை அவளால் நம்பவே முடியவில்லை. இதயராஜாவின் இருதயத்தை கூர்வாள் கௌவிக்கொண்டிருந்தது. திஸ்பே உடன் தாவி காதலனின் மெய் தழுவி ''"அன்பே உன்னுயிர் குடித்தது கொடுவாள் அல்ல; நான்தான் உன்னைக் கொன்றேன்; 'என்மீது உனக்குள்ள வற்றாத காதல்தான் உன்னைக் கொன்றது !'"

என்று அழுது, பைரமசின் நெஞ்சிலே பதிந்திருந்த வாளை எடுத்துத் தன் மார்பிலே பாய்ச்சிக்கொண்டாள். உற்றாரின் கட்டுப் பாட்டிற்கும் - ஊராரின் கண்டனத்திற்கும் ஆளாகி, உள்ளம் நொந்து புதுவாழ்வு நடத்தச் சென்ற காதலர்கள் நிநசின் சமாதிக்கு அருகிலே பிணமாகச் சாய்ந்து கிடைந்தார்கள். சமுதாயம் சேர்த்து வைக்காத ஜோடிகளை மரணம் தன் இரு கரங்களால் இணைத்து வைத்தது! ஆனால் ஒன்று! மல்பரி மரத்தடிக்கு தாமதமாக வந்து திஸ்பேயை வாட்டிய பைரமஸ், சாக்காடென்னும் பூக்காட்டிற்கு முன்னமேயே சென்று தன் ஆருயிரைத் தேடிக்கொண்டிருந்தான்.

இந்தக் கதையைக் கூறிய ரோமியோவும் மற்ற இருவரும் கதையிலேயே லயித்து, ஆயிரத்துக்கு மேற்பட்ட படிகளை கடந்தனர். ஏறவேண்டிய தூரம் இன்னும் சிறிது இருக்கிறது. தீர்மானப்படி ஆண்டனி வீரக்கதையை சொல்லத் தொடங்கினான்.

வீரக்கதை

'ரோமியோ காதல் கதை என்ற பெயரால் உண்மையிலேயே ஒரு காதல் கதை சொன்னான் - நான் வீரக்கதை என்ற தலைப்பில் ஒரு விசித்திரக் கதை சொல்லப்போகிறேன்; மிக சுருக்கமாக! கேளுங்கள் இருவரும் !

அடிமை வியாபாரத்தை எதிர்த்துப் பெரியதொரு கிளர்ச்சி ஏற்பட்டதல்லவா! அதுபோல ஒரு கிளர்ச்சி-வேறு ஒரு உரிமையைக் காப்பாற்றுவதற்காக நடைபெற்றது. அந்தக் கிளர்ச்சி எந்த ஊரில் நடந்தது என்றெல்லாம் கேட்காதீர்கள். கிளர்ச்சிக்குத் தலைமை வகித்தவர் பெயரும் தெரியாது. கிளர்ச்சியின் நோக்கம் என்னவென்றால்; அந்த ஊரில் உள்ள ஒரு ஜாதிக்

கூட்டத்தாரை ஊரைவிட்டே விரட்டவேண்டும் என்பதுதான்! அந்த ஜாதிக் கூட்டத்தாரின் தலைவன் தான் அந்த ஊரையே பரிபாலித்துவந்தான். தலைவனின் ஜாதியை

ஜாதியை விரட்டவேண்டுமென்று கிளர்ச்சித் தலைவர் ஆக்ரோஷமாகப் பேசிவந்தார்.

அப்படி அந்த ஜாதியார் ஓடாவிட்டால் அவர்களைக் கண்ட இடத்தில் கொன்றுபோட வேண்டுமென்று கர்ச்சனை செய்தார். அந்த ஜாதித் தலைவன் மிகவும் தந்திரசாலி. அவன் தன்னுடைய சூழ்ச்சியைப் பயன்படுத்தி, கிளர்ச்சிக் காரர்களின் ஜாதியிலே பிறந்த ஒருவரைப் பிடித்து, அந்த ஊருக்குத் தலைவனாக்கிவிட்டான். அந்தப் புதுத்தலைவன் கிளர்ச்சிக்காரத் தலைவரைக் கூப்பிட்டு, "நீர் இனிமேல் இந்த ஊரைவிட்டு யாரையும் துரத்துவதாகவோ- அல்லது அவர்களை பயமுறுத்தும் வகையிலோ பேசக்கூடாது. அப்படிப் பேசினால் உம்மீது கடும் நடவடிக்கை எடுப்பேன்" என்று கூறிவிட்டான். புதுத்தலைவனின் மிரட்டலைக் கண்ட கிளர்ச்சித் தலைவர், உடனே. "புதுத்தலைவனுக்கு ஜே" என்று கூறி விட்டு ஜாதித் தலைவனையும், அவன் கூட்டத்தாரையும் ஊரைவிட்டு துரத்துவதைப்பற்றி இனிமேல் பேசுவதில்லை என்று வாக்கு அளித்துவிட்டு, கிளர்ச்சிப் படையில் உள்ள வீரர்களின் கவனத்தையும் வேறுபக்கம் இழுக்க ஆரம்பித்து விட்டார். இதுதானப்பா என்னுடைய வீரக்கதை" என்று முடித்துவிட்டான் ஆண்டனி.

அவர்கள் மூவரும் இரண்டாயிரம் படிகளையும் அநேகமாக நடந்து தங்கள் அறைக்குப் பக்கத்திலே வந்துவிட்டார்கள். மூன்றாவதாக சார்லஸ்

சொல்லவேண்டிய திடுக்கிடும் கதை பாக்கியிருந்தது. ஆண்டனி, அவனைப் பார்த்து "சார்லஸ் நீ உன் கதையைச் சொல்லு என்றான். சார்லஸ் சொல்ல ஆரம்பித்தான்.

'தோழர்களே! நான் உண்மையிலேயே இப்போது திடுக்கிடும் கதைதான் சொல்லப்போகிறேன். இரண்டாயிரம் படிகள் ஏறிய நாம் மறுபடியும் இரண்டாயிரம் படிகள் கீழே இறங்கி, மீண்டும் இரண்டாயிரம் படிகள் மேலே ஏற வேண்டும்" என்றான்.

"ஏன்?"

உன் "திடுக்கிடும் கதை" அவ்வளவு நீளமானதா?" என்றான் ரோமியோ ;

'இல்லை ரோமியோ ! நமது அறையின் சாவியை கீழ்த் தளத்தில் மானேஜர் அறையிலேயே வைத்துவிட்டு வந்து விட்டேன்'' என்று வருத்தத்துடன் சொன்னான் சார்லஸ்.

(இருவருக்கும் அது திடுக்கிடும் கதையாகத்தானே இருந்திருக்கும்.)

அபாக்ய சிந்தாமணி

அதோ தெருவிலே பிச்சையெடுத்துக் கொண்டிருக்கிறாளே அவள் யார் தெரியுமா? "அவள் பரம்பரைப்பிச்சைக்காரி யல்ல; பணக்காரியாகத்தான் வாழ்ந்தாள்-காலத்தின் சுழற்சியால் இந்தக் கதிக்கு ஆளாகிவிட்டாள்" என்று அவளுடைய பழைய கதையைச் சொல்லி உங்கள் பொறுமையை சோதிக்கப் போகிறேன் என்று எண்ணாதீர்கள். அவள் பரம்பரை பிச்சைக்காரியேதான். அதாவது அவளது பாட்டிகூட ஒரு பிச்சைக்காரிதான்! நீங்கள் பார்க்கிற இந்தப் பிச்சைக்காரிக்கு வயது என்ன இருக்கும் என்று நினைக்கிறீர்கள்? சுமார் நாற்பது இருக்கும் என்று கூறுகிறீர்கள் அல்லவா? அல்ல அல்ல; சரியாகவே சொல்லுகிறேனே; அவள் வயது முப்பத்தைந்துதான்! ஆனால் அப்படி மதிக்கத் தோன்றாது. நாற்பது ஐம்பதுதான் மதிக்கத் தோன்றும். இந்தக் காலத்தில் ஐம்பது அறுபது ஆனதுகள் பன்னீராட் டைப் பிராயத்து பருவச்சிட்டுகள்போல பற்களைப் பூட்டிக் கொண்டு, பவுடரால் முகப்பள்ளங்களை மூடிக்கொண்டு, சாயத்தால் கோவை இதழும் மையால் பிறைப் புருவமும் அமைத்துக்கொண்டு நாகரிகத்தின் எவரெஸ்டை எட்டிப் பிடித்து எக்களிக்கும் காட்சிகளை நாம் காண்கிறோம். இந்த ஏழைப் பிச்சைக்காரி, அப்படியெல்லாம் தன்னுடைய வயதை மாற்றிக்கொள்ள விரும்பவில்லை. விரும்பினாலும் பணமில்லை ஆகையினால், பருவக் காற்றால் படிந்த முதுமைத் தூசிகளை மேனியிலே சுமந்தவளாய் அவள் திருவாரூர் தெருவிலே அலைந்துகொண்டிருக்கிறாள்.

வீட்டுக்கு வீடு வாயிலிலே நின்று கரகரத்த குரலிலே பாடுகிறாளே; அந்தப் பாட்டு என்ன பாட்டு என்று புரிகிறதா? புரியாவிட்டால் என்னைக் கேளுங்கள் சொல்லுகிறேன்,

"ஏற்பதிகழ்ச்சியென்ற எங்கள் ஔவைப் பாட்டிதான் ஐயமிட்டுண் என்று பாடியிருக்காளே! "

"பிச்சைப்புகினும் கற்கை நன்றே எச்சில் இலையாவது போடுதல் நன்றே!"

இப்படி வசனத்தையே அவள் கண்டுபிடித்த புதியதோர் ராகத்திலே தேவைப்பட்ட பிர்க்காக்களைப் போட்டுக்கொண்டு வீட்டுக்குத் தகுந்தாற்போல பாடுகிறாள்.

அவளைப்பற்றி உனக்கென்ன இவ்வளவு விபரம் புரிகிறது என்று என்னைக் கோட்கிறீர்களா? ஒருநாள் எங்கள் வீட்டில் இவளது சங்கீதக் குரல் கேட்டது. அவள் யார் என்று தெரிந்து கொள்ள வேண்டுமென்ற ஆசையால் பலநாள் காத்திருந்த நான், அன்றைய தினம் அவளது வரலாற்தைக்கேட்க ஆரம்பித்தேன். அவளும் ஆரம்பித்து அரைமணி நேரத்திற்குப் பிறகு முடிந்தாள். அந்தக்கதையைக் கேட்ட பிறகும் அவளுக்குப் பிச்சை போடாமல் இருப்பது யாராலும் முடியாத காரியம்தான். எங்கள் வீட்டில் என் தந்தை நினைவு நாள் அன்று! அதனால் அவளுக்குப் பாயசம் வடையுடன் நல்ல சாப்பாடு கிடைத்தது. மகாராஜனாயிருக்கனும் சாமி என்று வாழ்த்திவிட்டு அவள் விடை பெற்றுக்கொண்டாள்.

சாதாரண மனுஷனாயிருக்கும் போதே, சங்கடமும் சலசலப்பும் தாங்கவில்லை; இன்னும் மகராஜனாக

வேறே போயி மாட்டிக்கொண்டு விழிக்க வேண்டுமா என்று மனதிலே நினைத் துக்கொண்டு, அவளை வழியனுப்பினேன். அந்தப் பிச்சைக் காரியின் சொந்த ஊர்-இல்லை-மன்னிக்கவேண்டும். அவள் பிறந்த ஊர் திருச்சிக்குப் பக்கத்திலேயுள்ள சிந்தாமணி என்ற பகுதி.

அதனால் அவளுக்கும் அவள் தாயார் சிந்தாமணி என்றே பெயர் வைத்துவிட்டாள் போலும். பிச்சைக்காரியின் வயிற்றிலே இந்த அபாக்கிய சிந்தாமணி அவதரித்து, நாளொரு வியாதியும், பொழுதொரு கண்டமுமாக வளர்ந்து தாய்க்கு ஒத்தாசையாகப் பிச்சையெடுக்கிற வேலையிலும் ஈடுபட்டாள். சிந்தாமணிக்குப் பத்து வயது நிரம்பியபோது, அவளுடைய தாயார் நோய் வாய்ப்பட்டாள். சிந்தாமணிப் பகுதியில் உள்ள ரோட்டு ஓரத்து ஐந்தடியிலேதான் சிந்தாமணியின் தாயார் மரணத்தோடு போராடும் களம் அமைக்கப்பட்டிருந்தது. தாய்க்கு கஞ்சி காய்ச்சி ஊற்றி, தானும் வயிற்றுப் புயலை அடக்கிக் கொள்ளவேண்டிய, சமாளிக்க இயலாத பிரச்சனை. அந்த பத்து வயது பசலையின் தலையிலே வந்து விழுந்தது. இரண்டொரு நாட்கள் எப்படியோ கஷ்டப்பட்டு வெளியேறத் துடிக்கும் தாயாரின் மூச்சை இழுத்து நிறுத்தி அவள் ஆயுள் அணைந்து விடாமல் அருகிலிருந்து பாதுகாத்தாள் சிந்தாமணி.

பிச்சைக்காரப் பெண்ணுக்குத் தாய்ப்பாசம் இருக்காதா என்ன? பிச்சைக்காரத் தாயாருக்குத்தான் மகளின் எதிர் காலத்தைப் பற்றிய ஏக்கம் பிறக்காமல் இருக்க முடியுமா?

"மகளே, இனிமேல் என்னை நம்பாதே கண்ணே ! என் காலம் ஒரு வழியாக முடிந்துவிட்டது! பல் காட்டியவனுக் கெல்லாம் சம்மதப்பட்டு, பாழும்

உடலை வளர்த்தேன். அதோ சாக்கடையிலே சொறிபிடித்த உடலில் எடுக்கும் எரிச்சலை அடக்க விழுந்து புரளுகிறதே நாய்; அதைப் போலவே வெறிபிடித்த நாய்கள், மனித உருவிலே என்னை நெருங்கி நாசப்படுத்தி விட்டார்கள். என் கண்ணே! நீயும் என்னைப்போல் ஆகிவிடாதேயம்மா! நமது குடும்பம் பிச்சைக்காரக் குடும்பந்தான்; ஆனாலும் உனது பாட்டி, மிக கௌரவமாக வாழ்க்கை நடத்தினாள். என்னையும் பிச்சைக்காரியாக்காமல், வாழும் சமுதாயத்திலே ஒரு அங்கத்தினராக ஆக்கிவிடப் பெருமுயற்சி செய்தாள். என்னைப் படிக்க வைத்தாள். ஒரு பெரிய மனிதரின் தயவை நாடி படித்தேன். ஆனால் கண்ணே, என் தாய் கண்ணை மூடியதும், என் கண்களும் மூடப்பட்டு விட்டன. பிச்சைக்காரி மகள் தானே என்று, பள்ளிக்கூடத்து மாணவர்கள் என்னை வட்டமிட்டார்கள். எவ்வளவு அழகாக நானிருந்தால், இவர்கள் என்னை வட்டமிட வேண்டும் என் று, நான் கர்வமடைந்தேன். மாணவர்களிடம் பெரியதொரு யுத்தமே ஏற்படவேண்டும் என் பொருட்டு, என்று எதிர்பார்த்தேன். தேன்கூட்டை நாடும் கரடிகள் போல அந்தக் காளைகள் கூடினார்கள். மெய்மறந்தேன். உணர்விழந்தேன்.

பெண்களுக்கு படிப்பு கூடாது என்று கூறும் பித்தர் மொழிக்கு இந்தப் பழிகாரியும் ஒரு எடுத்துக்காட்டாக ஆனேன், படித்துறையிலே ஒரு முறை வழுக்கினால், அடுத்த படியிலே காலை அழுத்தமாக ஊன்றி தப்பிவிடலாமென்று நினைக்கக் கூட நேரமிருக்காதே! அதற்குள் குளத்தின் அடித் தளத்திற்கல்லவா போய்ச் சேரவேண்டும். அதுவும் என்னைப் போல நீந்தத் தெரியாதவர்கள் கதி? சமுதாயத்தின் பாசி படிந்த பாழுங்குளத்திலே சருக்கி விழுந்தேன். நாயைக்

குளிப்பாட்டி நடுக்கூடத்தில் சேர்க்கலாமா! என்று வசைமாறி பொழிந்தபடி,

பெரிய மனிதர், என்னை வீட்டைவிட்டுத் துரத்தினார். தாயாரின் வேலையை மேற்கொண்டேன். பிச்சை எடுத்தேன் என் வயிற்றுக்கு! பிச்சையும் கொடுத்தேன் வாலிபர்களின் வெறிச் செயலுக்கு! இப்படி நகர்ந்த என் வாழ்விலேதான் - நட்சத்திரமே! நீ உதயமானாய்! நீயும் என்னைப்போல ஆகிவிடாமல் உன் பாட்டியைப் போல கௌரவமாக, மானத்தோடு வாழம்மா?" என்று மரண முகப்பிலே அனுபவ சுருதியோடு கலந்த சோக கீதத்தை இசைத்துவிட்டு, மங்களம் பாடி தன் கச்சேரியை முடித்துக்கொண்டாள், சிந்தாமணியின் தாய் !

தாயுமற்ற அனாதையாகிவிட்ட சிந்தாமணி பிச்சைக்கார சிறுமியாக சில நாள் அலைந்தாள். திடீரென்று அவளுக்கு ஒரு "அதிர்ஷ்டம்' அடித்தது. அனாதைச் சிறுவர்களைப் பாதுகாத்து, கல்வி வழங்கும் -ராமலிங்க சாமி குருகுலத்திலே அவளுக்கும் ஒரு இடம் கிடைத்தது. அந்தக் குருகுலத்தின் பிரதம ஆசிரியர் பழுத்த ராமலிங்க பக்தர். ராமலிங்க சிவானந்தம் என்பது அவரது பெயர். வயது ஐம்பதுக்கு மேலிருக்கும். ராமலிங்கருடைய அருட்பாக்கள் அவருக்கு மனப்பாடம். தேவார, திருவாசகங்களில் அவர் புலி, "எம்மதமும் சம்மதமே- தென்னாடுடைய சிவனே போற்றி!" என்ற வார்த்தைகளை அவர் முணுமுணுக்காத நேரமே கிடையாது. அவரது பார்வையிலே பட்ட அனாதைச் சிறுமியை அவர்தான் குருகுலத்தில் கொண்டுவந்து சேர்த்தார்.

சிந்தாமணியும், நன்கு கல்வி பயின்று தேர்ச்சிபெற்றாள் சிவானந்தரின் மூத்த மகன், ஜோதியானந்தம் மேல்நாட்டு

படிப்பு படிப்பதற்காக அமெரிக்கா போயிருந்தான். அவன் படிப்பை முடித்துக்கொண்டு, ஊர் வந்து சேர்ந்தான். அவனது கருத்தைக் கிளறும் சந்திப்பு ஒன்று குருகுலத்திலே நிகழ்ந்தது. அதுதான், சிந்தாமணியின் சந்திப்பு -சிந்தாமணி -ஜோதியானந்தம் இருவரும் காதலராயினர்-அந்தக் காதல் கட்டத்தை வர்ணிக்க வேண்டுமா என்ன? அந்தக் கட்டங்களைக் கண்டு கண்டு, கேட்டு கேட்டு அலுத்துப் போயிருக்கும் உங்களிடம், அதை வேறு நினைவுபடுத்தி — பிரம்மாச்சாரி களுக்கு பெரும் வேதனையையும், பெருங் குடும்பிகளுக்குப் பெரிய வேதாந்த நினைவுகளையும் உண்டுபண்ணுவானேன்!

ஜோதியானந்தத்தின் இருதய ஜோதியாக சிந்தாமணி ஆகிவிட்டாள் என்பதை அருட்பெருஞ் ஜோதியின் பக்தர் சிவானந்தம் கேள்விப்பட்டார்,

"எம்மதமும் சம்மதமே! என்று முணுமுணுத்த அவரது வாய் - மகனை, வசை பாட ஆரம்பித்தது! காதலாம் காதல்! நாயைக் கொண்டு நடுவீட்டில் வைத்தால் அது இப்படித்தான் ஆகும்" - என்று கத்தினார், உண்மையிலேயே சிந்தாமணி நாயல்ல!-

சிந்தாமணியின் தாயாரைப் பார்த்து, அவளுக்கு உதவிய பெரிய மனிதர் -"நாயைக் குளிப்பாட்டி நடுவுள்ளே வைத் தால்..." என்று திட்டினாரே, அதற்கும் - இப்போது ராமலிங்க சிவனந்தர் திட்டுவதற்கும் வித்தியாசமிருக்கிறது!

பொதுமக்களிடம் புகழ் பெறுவதற்காக, குருகுலத்தார் அளிக்கும் பாராட்டு மாலைகளை சுமப்பதற்காக, சிவானந்தர் சிந்தாமணிக்கு அபயம் அளித்தது என்னமோ உண்மை!

அதற்காக அவள், தனக்கே மருமகளாக வரவேண்டு மென்று ஆசைகொண்டாள்-அதை அவரால் அனுமதிக்க முடியுமா?

மகனைக் கண்டித்தார் - சிந்தமாணியைப்பற்றி அவதூறுகள் கூறினார். காதல் என்பது ஒரு போலிவார்த்தை என்பதற்கு ஆயிரமாயிரம் ஆதாரங்கள் தேடினார்.

சூடு கண்ட பூனை பாஷாணம் என்று தானப்பா கூறும் என்று ஜோதி, பதில் தந்தான். அவரோ கேட்கவில்லை குருகுலத்திலிருந்து சிந்தாமணி விரட்டப்பட்டாள், விபசாரக் குற்றம் சாட்டப்பட்டு! தன்னால் ஜோதியின் குடும்பம் குலையக் கூடாது என்று எண்ணிய சிந்தாமணி, ஜோதிக்கு எவ்வளவோ எடுத்துச்சொல்லி. அவன் தன்னை மறந்துவிட வேண்டும் என்று மன்றாடினாள். அவனோ கேட்கவில்லை. அவளைப்பின் தொடர்ந்தான்.

இப்படிச் சில நாட்கள், துன்பத்திலும் இன்பங்கண்டாள் அவள். ஜோதியின் தந்தை பைத்தியமாக மாறிவிட்டார். மகனின் போக்கு அவர் மூளையைக் குழப்பிவிட்டது.

அந்தக் குடும்பமே தத்தளித்தது-ஜோதியின் தாயாரும், ஜோதியின் சகோதரிகளும், சிந்தாமணியிடம் வந்து, தங்கள் குடும்பத்தைக் காப்பாற்ற "ஜோதியைத் திரும்பக் கொடு!" என்று "மடிப்பிச்சைக்’" கேட்டார்கள். "குடும்பத் தலைவன் ஜோதி தான்—அவனும் போய்விட்டால், பைத்தியக்காரராகி விட்ட தந்தையுடன் எப்படியம்மா இந்தக் குடும்பம் நல்ல நிலைமைக்கு வரும்? எங்கள் மீது இரக்கம் காட்டம்மா' என்று புலம்பினார்கள்.

அனாதையாகக் கிடந்த உன்னை, ஆதரித்து, இவ்வளவு நாள் பராமரித்தவரான-உன் தந்தை போன்ற

சிவனந்தருக்கு, இப்படியாவது ஒரு நன்றி காட்டக்கூடாதா?" என்று குரு குலத்து தோழிகள் அவளுக்குப் புத்தி கூறினார்கள். சிந்தாமணி யாருக்கும் பதில் சொல்லாமல் மௌனமாகப் போய்விட்டாள்.

வெளியூர் சென்றிருந்த ஜோதி, சிந்தாமணியின் வீட்டுக்கு வந்தான். ஒரு சிறு ஓலை வீடு அது-அவர்கள் குடும்பம் நடத்த கட்டிக்கொண்ட தற்காலிக மாளிகை. கதவைத் தட்டினேன் கதவு தானே திறந்தது-உள்ளே எட்டிப் பார்த்தான். இருளில் மங்கலான வெளிச்சம் தெரிந்தது. கதவைத் தாளிடாமலே தூங்கி விட்டாளே என்று கூறிக் கொண்டே, சிந்தாமணி என்று குரல் கொடுத்தான் பதில் இல்லை. படுக்கையைப் பார்த்தான், திடுக்கிட்டான். அலறியே விட்டான் என்ன நினைக்கிறீர்கள்! சிந்தாமணி போய்விட்டாள் என்றா? அல்லது தற்கொலை செய்து கொண்டாள் என்றா? தற்கொலை செய்து கொண்டிருந்தால் அவள் என்னிடம் கதையைச் சொல்லியிருக்க முடியாதே- அதனால் அவள் என்னிடம் கதையைச் சொல்லியிருக்க முடியாதே - அதனால் அவள் ஓடித்தான் விட்டாள் என்று முடிவு கட்டுகிறீர்களா? அதுதான் இல்லை!

ஜோதி கண்ட காட்சி அது அல்ல. ஒரு கட்டுமஸ்தான தேகமுள்ள வாலிபனின் மேனியை இறுக அணைத்தபடி சிந்தாமணி தூக்கத்தில் ஆழ்ந்திருந்தாள். அவளது மெல்லிய கன்னங்களிலே, அந்த வாலிபனின் முகம் புதைத்திருந்தது.

'அடி பாவி' என்று ஜோதி கத்தினான். சிந்தாமணி எழுந்தாள்!

அவள் கழுத்தை நெறிக்க ஜோதி துடித்தான். அதை அந்த வாலிபன் தடுத்தான்.

இது பல நாளாய் நடக்கிறது. என்று சிந்தாமணி எதிர்த்துப் பேசினாள். ஜோதி தன் தலையில் அடித்துக் காண்டு, வீட்டுக்குத் திரும்பினான். "விபச்சாரி! விபச்சாரி!' என்று அவன் வாய் உளறிக்கொண்டேயிருந்தது. அப்படி அவன் விபச்சாரியாகவாவது கருதி தன்னை மறந்துவிட்டால் போதும் என்பதற்காகவே, சிந்தாமணி அந்தக்கொடிய செயலில் இறங்கினாள் என்ற உண்மை அவனுக்குத் தெரியாது.

அவன் எண்ணியிருக்கிறான், அவள் விபச்சாரி என்று!

அவளை விபச்சாரியாக்கியது அவளது ஆசைப் பெரு வெள்ளமல்ல !

ஜோதியின் குடும்பத்திற்கு, ஆறுதல் அளிக்கவேண்டும் என்பதற்காகவே, அவள் அந்த முடிவுக்கு வந்தாள் என்பது அவளுக்கு மட்டுமே தெரியும்,

விபச்சாரி என்று பெயர் எடுத்தாலும் பரவாயில்லை.

குடும்பத்தைக் கெடுத்த பழிகாரி, சண்டாளி, என்ற பெயர்களை சுமக்க அவள் விரும்பவில்லை.
அனைவரும் வர வேற்பு வழங்கும் மண்டபமாக, அந்தக் குடிசையை அமைத்துக்கொள்ளவில்லை

கொள்கை நிறைவேறியதும், அந்த ஊரைவிட்டு வெளியேறினாள். "என் அம்மா ஒழுங்காக வாழ சூழ்நிலையிருந்தும் ஒழுங்காக வாழவில்லை. நானோ, ஒழுங்காக வாழ எண்ணங்கொண்டும், சூழ்நிலை என்னை ஒழுங்காக வாழ விடவில்லை!'"

இதுதான் அந்தப் பிச்சைக்காரி தன் கதைக்குத் தந்த முடிவுரை-ஜோதியின் தகப்பனார் என்ன ஆனார் என்று கேட்டேன் அவருக்கு பைத்தியம் தெளிந்து விட்டது-ஆனால் அவரது மகன் ஜோதிக்குப் பைத்தியம் பிடித்து கடைசியில் இறந்தே விட்டான் என்று அவள் அழுதுகொண்டே சொன்னாள். ஆமாம் ஜோதி உன்னை மறக்க வேண்டுமானால், நீ தற்கொலை செய்து கொண்டிருக்கலாமே-அதற்காக இப் பெரும் பழிக்கு ஆளாக வேண்டியதில்லையே?" என்று நான் அவளைக்கேட்டேன். அதற்கு அவள், தேம்பும் குரலில் சொன்ன பதில் இதுதான்.

"தற்கொலை செய்து கொள்ளத்தான் நினைத்தேன்-ஆனால் ஜோதியின் அன்புச் சின்னம் என் வயிற்றிலே மூன்று மாதம் வளர்ந்திருந்து அதை அழிக்க நான் விரும்பவில்லை-அதற்காகவே தகாத தந்திரத்தை கையாண்டு, ஜோதியின் மனதை மாற்றினேன் ஆனால் நான் எதற்காக உயிர் வாழ இச்சித்தேனோ, அந்த ஆசை நாசமாகி விட்டது. போஷாக்கில்லாத நிலையில் பிறந்த ஆண்மகவு - பிரேதமாகவே பிறந்து விட் டது. இதைச் சொல்லிவிட்டு, அவள் ஒரு பெருமூச்சோடு எழுந்தாள்.

துயரத்தின் சாயல், அவளது ஒவ்வொரு வார்த்தையிலும் வெளிப்பட்டது. அதோ அந்த வீட்டுக்கெதிரே பாடுகிறாள் பாருங்கள்; அந்த சோக கீதத்தில் கூட, ஏழ்மையின் பிரதிபலிப்பு இல்லையே! காதலின் தோல்விதானே; எதிரொலிக்கிறது.

★★★

9 788198 837554